എന്റെ പൂച്ചക്കണ്ണുള്ള
കാമുകിമാർ

ശ്യാം തറമേൽ

VAYANAPPURA

Ente Poochakkannulla Kamukimar
(Malayalam poems)
by **Syam Tharamel**

Vayanappura Publications, Ernakulam
First published : October 2021
Typesetting & layout: Sreeja A J
Cover Design : Rajesh Chalod
Illustrations by : Soman Kadaloor
Published by: Vayanappura Publications
Anathanam Studios, Old Railway Station
Cross Road, Ernakulam
Pin - 682018
mob: 9074188300
e-mail: vayanappuraeditorial@gmail.com

ISBN: 9789390999385

ശ്യാം തറമേൽ

കൊല്ലം ജില്ലയിലെ തിരുമുല്ലവാരത്ത് തറമേൽ വീട്ടിൽ ശശിധരൻ പിള്ളയുടെയും, ഹിന്ദി അധ്യാപികയായിരുന്ന ശാന്തകുമാരിയുടെയും മകനായി ജനനം, കൊല്ലം സെയിന്റ് അലോഷ്യസ് സ്കൂൾ, ഫാത്തിമ മാതാ നാഷണൽ കോളേജ്, കേരള യൂണിവേഴ്സിറ്റി (കാര്യവട്ടം ക്യാമ്പസ്) എന്നിവിടങ്ങളിൽ വിദ്യാഭ്യാസം. തീമരത്തണൽ സംസ്ഥാനതല കവിതാരചന മത്സരത്തിൽ (2021) രണ്ടാം സ്ഥാനം ലഭിച്ചിട്ടുണ്ട്. 2021 ലെ സിആർപി പണിക്കർ സ്മാരക അവാർഡ് ജേതാവാണ്. കൂടാതെ മറ്റനവധി സാഹിത്യപുരസ്ക്കാരങ്ങളും ലഭിച്ചിട്ടുണ്ട്. ഓൺലൈൻ മാഗസിനുകളിലും, ആനുകാലികങ്ങളിലും കവിതകൾ എഴുതുന്നു.

ഭാര്യ: കൃഷ്ണവേണി പി എസ് (അദ്ധ്യാപിക)

മക്കൾ: അഭിനവ്, നവനീത്

മേൽവിലാസം :

തറമേൽ വീട്,

T. R. A 143, പുന്നത്തല,

തിരുമുല്ലവാരം പി ഒ,

കൊല്ലം ജില്ല.പിൻ കോഡ് 691012,

ഫോൺ :9847143383

email: syamtharamel@gmail.com

അവതാരിക

വയലറ്റുനിറമുള്ള ഏകാന്തതകൾ

കടൽപക്ഷികൾ
മരുഭൂമിയുടെ വേരുകളിൽ
ഉമ്മവയ്ക്കട്ടെ.
നിഴലുകൾ
പിറവികൊള്ളാത്ത മൗനങ്ങളുടെ
വേദപുസ്തകം തുറന്നുവയ്ക്കട്ടെ.
പ്രാർത്ഥനകൾ
മറവിയുടെ ഭൂഖണ്ഡങ്ങളിൽ
മഞ്ഞുതുള്ളികൾക്ക് ബലിയിടട്ടെ.
കവിതകൾ
കള്ളിമുള്ളുകളുടെ സിരകളിൽ വസന്തം തുന്നിവയ്ക്കട്ടെ.
പ്രിയപ്പെട്ട ശ്യാം,
പെരുമഴയിൽ മേൽക്കൂര കത്തിപ്പോയ
ഒറ്റമുറിയുള്ള വീട്ടിലിരുന്ന് ഞാൻ
നിന്റെ കവിതകളിലെ
ഉപ്പും ചോരയും കണ്ണീരും
പുനർജ്ജനികളിലേക്കായ്
വീതംവയ്ക്കയാണ്.
അമാവാസിയിലെ വേലിയേറ്റങ്ങളിൽ

ഒലിച്ചുപോയ
ഉപദ്വീപുകളിലിരുന്ന്
നിന്റെ പൂച്ചക്കണ്ണുള്ള പ്രണയിനികൾ
ആഴത്തിലുള്ള മുറിവുകൾ തുന്നിച്ചേർക്കുന്നുണ്ടാവാം.
രാത്രിയുടെ അന്നനാളത്തിൽ നിന്നിറങ്ങി
കപിലവസ്തുവിലെ കൊട്ടാരത്തിന് മീതെ വലംവെച്ച്
ഒറ്റച്ചിറകുള്ളൊരു പക്ഷി
ബോധിയുടെ ബലിക്കല്ലിൽ പിടയുന്നുണ്ടാവാം.
നക്ഷത്രങ്ങൾ നിറഞ്ഞ
ആകാശത്തെ ചുമന്ന്
ഉറുമ്പുകൾ
ഹൃദയത്തിലേക്കുള്ള
വറ്റിപ്പോയ വഴി തിരയുന്നുണ്ടാവാം.
തണുത്തുമരവിച്ച
രണ്ടുമ്മകളിലൂടെ
മരിച്ചവർ മാത്രമുള്ള
ഒരു തീവണ്ടി തേരട്ടയെപ്പോലെ ഇഴയുന്നുണ്ടാവാം.
പൂമൊട്ടുകളിൽ കൊടുങ്കാറ്റിനെ
ഒളിച്ചു കടത്തിയൊരാളെ
ഇടിമുഴക്കങ്ങൾ വിചാരണ ചെയ്യുന്നുണ്ടാവാം.
പ്രണയ ചാവേറുകളുടെ കണക്കു പുസ്തകത്തിൽ
ഭിന്നസംഖ്യകളുടെ കലാപം
പൊട്ടിപ്പുറപ്പെട്ടിട്ടുണ്ടാവാം.
പരോളുകളില്ലാത്ത കാത്തിരിപ്പിലേക്കൊരു
കടലാഴം വെന്തുനീലിച്ചിരിക്കുന്നുണ്ടാവാം.
ഇരുട്ടുപുതച്ചൊരു വാക്ക്
ജീവിതത്തിലേക്കുള്ള
മൈൽക്കുറ്റികൾ
ഊതിയണയ്ക്കുന്നുണ്ടാവാം.

സ്വത്വബോധാന്തരങ്ങളിൽ നിന്ന്
നിഴലുകളെ കൊക്കിലൊതുക്കി
കാലത്തിന്റെ കടൽകാക്കകൾ ചിറകടിക്കുന്നുണ്ടാവാം.
തെരുവുപെണ്ണിന്റെ അടിവയറ്റിൽ
വസന്തത്തിന്റെ കറുത്ത കുളമ്പടിയൊച്ചകൾ
പെരുകുന്നുണ്ടാവാം.
തിരമാലകളില്ലാത്ത
ഒരു കടലിന്റെ മുറ്റത്ത്
പൂച്ചക്കണ്ണുള്ള വാക്കുകൾ
തീകായുന്നുണ്ടാവാം.
വയലറ്റുനിറമുള്ള
ഏകാന്തതകൾ
കവിതയിലേക്കുള്ള വഴി
ചോദിക്കുന്നുണ്ടാവാം.

ഒരുകവി, പ്രണയം നഷ്ടപ്പെട്ടവളുടെ കണ്ണുകളിലൂടെ കാലത്തെയും, ജീവിതത്തെയും, തന്നെത്തന്നെയും മുറിച്ച് കടക്കുന്ന സാക്ഷിമൊഴികളാണ് ശ്യാം തറമേലിന്റെ കവിതകളിലെ ഏറ്റു പറച്ചിലുകൾ. ലാളിത്യത്തിൽ നിന്നും സങ്കീർണ്ണതകളിലേക്ക് വളരുന്ന ശക്തമായ ഒരുപിടി കവിതകളുടെ സമാഹാരമാണ് ശ്യാമിന്റെ 'എന്റെ പൂച്ചക്കണ്ണുള്ള കാമുകിമാർ.'

ജീവിതത്തിന്റെ അപകടവളവുകളെ ഓർമ്മപ്പെടുത്തുന്ന, കാലത്തിന്റെ കൊടുംചുഴികളെ ചൂണ്ടിക്കാട്ടുന്ന, മനുഷ്യവൈറസ്സുകൾ ഭൂമിക്കുനൽകുന്ന മഹാവിപത്തുകളെ അടിവരയിടുന്ന, മതവും രാഷ്ട്രീയവും ജാതിയും മനസ്സിൽ നിറയ്ക്കുന്ന, ഇരുട്ടിനെ തുറന്നുവയ്ക്കുന്ന മനുഷ്യസ്നേഹിയായ ഒരു കവിയുടെ സാന്നിധ്യം ശ്യാമിൽ ഉറപ്പിച്ചുനിർത്തുകയാണ് ഈ കവിതകളിൽ. ആധുനിക കവിതയുടെ ആത്മാവ് കുടികൊള്ളുന്നത് ബിംബങ്ങളിലാണെന്ന വാസ്തവത്തെ നെഞ്ചോട് ചേർക്കുന്ന വിധം ബിംബസമൃദ്ധമാണ് ശ്യാമിന്റെ ഓരോ കവിതയും.

പല കവിതകളിലും ബിംബങ്ങളായി കണക്ക് വരുന്നുണ്ട്. ഭിന്നസംഖ്യയും, ഗുണനവും, ഹരണവും കവിതയുടെ മർമ്മമായി

മാറുന്നത് വായനയെ മികച്ചതലത്തിലേക്ക് നയിക്കുന്നുണ്ട്. രാഷ്ട്രീയം, പ്രണയം, ജീവിതം, വിരഹം, പ്രകൃതി എല്ലാം കവിതകൾക്ക് വിഷയമാവുന്നുണ്ട്. എന്റെ പൂച്ചക്കണ്ണുള്ള കാമുകിമാർ എന്ന ആദ്യ പുസ്തകത്തിലൂടെ മികച്ച ഒരു കവിയെ മലയാളത്തിന് ലഭിക്കുകയാണ്.

പ്രിയപ്പെട്ട ശ്യാം,

കവിതകളെ കുഴിബോംബുകളായി ചേർത്തുവെച്ച്

വരികളെ ചാട്ടവാറുകളാക്കി

വാക്കുകളുടെ ചുണ്ടുകളിൽ കാട്ടുതീയാളിക്കത്തിച്ച്

അക്ഷരങ്ങളുടെ കൺപീലികളിൽ

കടലുകളെ വരുതിയിലാക്കി

ഈ അശാന്തവും അസ്വസ്ഥവുമായ കാവ്യയാത്ര തുടരുക. സവിനയം ഈ കാവ്യപുസ്തകം വായനക്കാർക്കായ് സമർപ്പിക്കട്ടെ.

സ്നേഹത്തോടെ,

പവിത്രൻ തീക്കുനി

മഴ

ആമുഖം

കവിത എന്റെ കൂട്ടുകാരി

"കൊല്ലംകണ്ടവനില്ലംവേണ്ട" പഴമൊഴിപോലെ ചരിത്രമുറങ്ങുന്ന നാട്. പുരാതനമായ വേണാട് നാട്ടുരാജ്യത്തിന്റെ തലസ്ഥാനമായിരുന്ന നൂറ്റാണ്ടുകളുടെ പഴക്കമുള്ള ദേശിങ്ങനാട് എന്ന ഓമനപ്പേരിലുള്ള നഗരം. അതിമനോഹര തീരദേശവും, നാണംകുണുങ്ങിയായ അഷ്ടമുടിക്കായലും, വിദേശികൾ പണിത വിളക്കുമാടവും ചേർന്ന് കൊല്ലത്തെ കൂടുതൽ സുന്ദരിയാക്കുന്നു. ഞാൻ എന്തെങ്കിലും എഴുതിയിട്ടുണ്ടെങ്കിൽ അതെന്റെ നാട് തന്ന രുചിക്കൂട്ടുകൾ നുകർന്നിട്ടാണ്. വിഷ്ണത്തുകാവ് അമ്പലവും, തിരുമുല്ലവാരം കടൽത്തീരവും, പള്ളിയും, അമ്പലക്കുളവും, ആൽത്തറയുമൊക്കെ എഴുത്തുയാത്രയിലെ വഴികാട്ടികളാണ്. ജീവിതാനുഭവങ്ങളുടെ കൂറ്റൻതിരമാലകളിൽപ്പെട്ട് കാലിടറിയപ്പോൾ വഴിയാത്രക്കാരിയായ് വന്ന് കൂടെക്കൂടിയതാണ് കവിതയെന്ന കൂട്ടുകാരി. ഇനിയുമുണങ്ങാത്ത മുറിവുകളുടെ ആകെത്തുകയാണ് എന്റെ കവിതകൾ. അനുഭവങ്ങൾ പേമാരിയായ് പെയ്തിറങ്ങിയപ്പോൾ കുത്തിക്കുറിച്ചിട്ട വാക്കുകളെ കവിതകൾ എന്ന് വിളിക്കാമോ എന്നറിയില്ല. അന്നനാളത്തിൽ തീപിടിച്ച രാത്രികളിൽ അരവയറുമുറുക്കി ചുവടുറപ്പിക്കാൻ പെടാപ്പാടുപെട്ടപ്പോഴും അക്ഷരങ്ങളെ ഞാൻ പ്രണയിച്ചുകൊണ്ടേയിരുന്നു. ഒരുകയ്യിൽ ജീവിതവും മറുകയ്യിൽ കവിതയും സഞ്ചാരവീഥിയിലെ സഹയാത്രികരായിരുന്നു.

എഴുത്തുവഴിയിലേക്ക് അക്ഷരദീപം തെളിച്ച് വഴികാട്ടിയ അമ്മ, എഴുതുന്നത് കവിതയാണെന്ന് ആദ്യം പറഞ്ഞ പ്രിയസുഹൃത്തുക്കൾ രാജീവ്, അനിൽ, അരുൺ, ബിജു, കൃഷ്ണകുമാർ, പ്രചോദനമായി കൂടെനിന്ന നല്ലപാതി കൃഷ്ണ, ജേഷ്ഠതുല്യ

നായ പി.ജയചന്ദ്രൻ, എന്റെ കവിതയ്ക്ക് ഊർജ്ജമുണ്ടെന്ന് തിരിച്ചറിഞ്ഞ മലയാളത്തിന്റെ പ്രിയകവി പവിത്രൻ തീക്കുനി, തീമരത്തണൽ സാഹിത്യകൂട്ടായ്മയിലെ പ്രിയമിത്രങ്ങൾ, പ്രിയകവി രാജൻ കൈലാസ്, പ്രിയമിത്രം ശ്രീകുമാർ വേട്ടുതറ, കവിയും അധ്യാപകനുമായ ആത്മമിത്രം പി.ജി. സുധീഷ്, എന്റെ കവിതകൾക്ക് ആദ്യനിരൂപണം നടത്തുന്ന പ്രിയസഹോദരിമാർ രാജലക്ഷ്മി, വിജയ, കവിതയ്ക്ക് മികച്ച പഠനം തയ്യാറാക്കിയ ഡോക്ടർ മുഞ്ഞിനാട് പദ്മകുമാർ, ഹ്രസ്വമെങ്കിലും സൂക്ഷ്മമായ പിൻകുറിപ്പും, വൈവിധ്യങ്ങളായ രേഖാചിത്രങ്ങളും തയ്യാറാക്കിയ പ്രിയകവിയും, പ്രഭാഷകനുമായ സോമൻ കടലൂർ, വളരെ മനോഹരമായൊരു പുറംചട്ട തയ്യാറാക്കിയ പ്രിയമിത്രം രാജേഷ് ചാലോട്, പുസ്തകം പ്രസിദ്ധീകരിച്ച വായനപ്പുര പബ്ലിക്കേഷൻസിലെ പ്രിയമിത്രങ്ങൾ, കവിതകൾ പ്രസിദ്ധീകരിച്ച ആനുകാലികങ്ങൾ, കവിതാസമാഹാരങ്ങളിൽ കവിത ഉൾപ്പെടുത്തിയ ഭാഷബുക്ക്, സാഹിത്യ പബ്ലിക്കേഷൻസ്, എന്നിവരോടുമുള്ള നന്ദിയും സ്നേഹവും ഈ അവസരത്തിൽ കുറിക്കുന്നു.

ഏതൊരെഴുത്തുകാരന്റെയും സ്വപ്നമാണ് ഒരു സമാഹാരം; ഞാനും ആ നേട്ടത്തിലേക്ക് നടന്നടുക്കുകയാണ്. പരിമിതികളേറെയുണ്ട്, സദയം ക്ഷമിക്കുക. നിങ്ങൾ സ്വീകരിക്കും എന്ന വിശ്വാസത്തിൽ ആദ്യ കവിതാസമാഹാരം 'എന്റെ പൂച്ചക്കണ്ണുള്ള കാമുകിമാർ' നിങ്ങളുടെ വായനയ്ക്കായി സമർപ്പിക്കുകയാണ്.

സ്നേഹപൂർവ്വം

ശ്യാം തറമേൽ

പഠനം

പൂച്ചക്കണ്ണുള്ള കവിത

ശ്യാം തറമേലിന്റെ കവിതകൾ വായിക്കുന്നതിനുമുന്നേ വായിച്ചു മടക്കിയ പുസ്തകം സച്ചിദാനന്ദന്റെ കവിതകളായിരുന്നു. ആ കവിതകൾക്ക് അകമേ വണങ്ങി നിൽക്കുന്നൊരു സ്വാസ്ഥാനുഭവമുണ്ട്. അത് മലയാളത്തിന്റെ ശ്വാസവേഗമാണ്. ഇടയ്ക്കിടെ ഞാനതിൽ മുങ്ങിത്താഴുന്നു. ആ ദാഹമോഹങ്ങളുടെ കുഴലൂത്ത് എനിക്ക് അത്രമേൽ പ്രിയം. ആ ബോധോദയമുദ്രകൾ ആത്മാനന്ദത്തിലേക്ക് എന്നെ വഴിനടത്തുന്നു. എല്ലാക്കാലത്തെയുമെന്നപോലെ അനുഭവങ്ങളുടെ ഉത്സവകാലമാണ്. ശ്യാമിന്റെ കവിതകൾ വായിക്കാനെടുത്തപ്പോൾ ഉള്ളിൽ തികട്ടി വന്ന ഭീതിതമായ ഒരാലോചന അതാണ് എന്നെ ഓർമ്മപ്പെടുത്തിയത്. സച്ചിദാനന്ദന്റെ ഗോത്രത്തിൽപ്പെട്ട കവിയാണ് ശ്യാം തറമേലെന്നു ശിരസ്സുയർത്തിപ്പിടിച്ച് ഈ കവിതകൾ സാക്ഷ്യപ്പെടുത്തുന്നു.

ശ്യാം എഴുതുമ്പോൾ പാരമ്പര്യത്തിന്റെ കണ്ണികൾ ഒന്നൊന്നായി പൊട്ടിപ്പിളരുന്നതും നാട്ടുനടപ്പിന്റെ പദവേഗങ്ങൾക്ക് മടുപ്പനുഭവപ്പെടുന്നതും കാണാം. അത് നിശബ്ദതയിൽ നിന്ന് ശബ്ദം സൃഷ്ടിക്കുകയും ദുർഗ്രഹമായ ജീവിതത്തിൽ നിന്ന് പരമശാന്തിയിലേക്ക് എത്തിക്കുകയും ചെയ്യുന്നൊരു വിശേഷവേലയാണ്. അതുകൊണ്ടാണ് ശ്യാമിന്റെ കവിതകളിൽ സ്വപ്നദർശനത്തിന്റെ ഉൾച്ചൂടും, അസുഖകരമായ നിസ്സംഗതയും ഒരേകാലം അനുഭവിക്കാൻ കഴിയുന്നത്. എന്നാലത് പരുക്കൻ യാഥാർത്ഥ്യങ്ങളുടെ നേർക്കുള്ള വിചാരണയായി മാറുന്നില്ല. എന്നാലത് പ്രസാദാത്മകത്വവുമല്ല. ഇതിനുള്ളിലെവിടെയോ സംഭവിക്കുന്ന വൈരുദ്ധ്യങ്ങളുടെ ഭിന്നപ്രകൃതിയിൽ നിന്നാണ് ശ്യാമിന്റെ

കവിത പൊട്ടിയൊഴുകുന്നത്. അതുകൊണ്ടാണ് ജീവിതത്തിന്റെ ദ്വന്ദ്വപ്രകൃതിയും ആത്മബോധവും ശ്യാമിന്റെ കവിതകളിൽ ആവർത്തിച്ച് പ്രത്യക്ഷമാകുന്നത്. "ജനിച്ചപ്പോൾ തന്നെ എത്ര വട്ടം മരിച്ചു" എന്നും "പ്രണയിച്ചപ്പോൾ പിന്നെയും പലവട്ടം ആത്മഹത്യ ചെയ്തു" എന്നും എഴുതുമ്പോൾ അതിനുള്ളിലെ ദ്വന്ദ്വലോകം സരളമായ ജീവപ്രകൃതിയെ ആകെത്തന്നെ വിചാരണ ചെയ്യുന്നതുകാണാം. ആ വിചാരണ 'ഗൗതമന്റെ പലായനങ്ങളിൽ' തികച്ചും ഭിന്നമായൊരു അനുഭവകാന്തിയോടെ പ്രത്യക്ഷപ്പെടുന്നുണ്ട്. അവിടെ കൊമ്പുകോതിയ ആൽത്തറയിലിരുന്ന് ബോധിവൃക്ഷത്തിന്റെ പൊരുളുതേടിയിറങ്ങിയ അത്താഴപ്പഷ്ണിക്കാരന്റെ ആത്മാവിന് തത്വപ്രബോധനത്തിന്റെ വിശ്വാസവചനങ്ങളൊന്നും വേണ്ട. ആ അത്താഴപ്പഷ്ണിക്കാരന്റെ മനസ്സും, നഭസ്സും അന്നാളത്തിൽ തീപിടിച്ച രാത്രിയിലേക്കുതന്നെ മടങ്ങിപ്പോവുകയാണ്. അത് ചരിത്രത്തിന് പുറത്തുനടക്കുന്ന സംവാദമാണ്. ആ സംവാദത്തിൽ ബുദ്ധനൊപ്പം കുന്നിറങ്ങുന്ന സിദ്ധാർത്ഥൻ പൊരുളുകളുടെ പൊരുൾതേടി തീപിടിച്ച രാത്രിയിലേക്കുതന്നെ ഒറ്റയ്ക്ക് നടന്നുപോകുന്നു. ഇത് അസ്തിത്വ-ജ്ഞാനസംബന്ധിയായ കാവ്യാവിഷ്ക്കാരമാണ്. അതുകൊണ്ടാണ് കവിത സ്നേഹശൂന്യമായ വിശ്വാസത്തെ പരിത്യജിച്ച് കുന്നുകയറിത്തുടങ്ങുന്നത്. ശ്യാമിന്റെ കവിതകളുടെ ഒരു പരിച്ഛേദം ഈ കവിതയുടെ അനുഭവസങ്കലനത്തിലുണ്ട്. സ്വച്ഛന്ദതയുടെ കൂട് വിട്ട് ശിഥിലവും അരൂപവുമായ സ്വത്വബോധത്തെ സ്വീകരിക്കാൻ ഇച്ഛിക്കുന്ന കവിമനസ്സ് പീഢിതമായ ഒരു കാലത്തിന്റെ സാന്നിദ്ധ്യമാണ്. അത് അബോധതലത്തിൽ സംഭവിക്കുന്ന ഒരു പരിണാമമാണ്. അതുകൊണ്ടാണ് ശ്യാമിന്റെ കവിത നിഷേധങ്ങളുടെ സൗന്ദര്യം തേടിക്കൊണ്ടിരിക്കുന്നത്.

"പന്ത്രണ്ടാംയാമത്തിലെ സ്വപ്നത്തിൽ" "സ്വപ്നം എന്നിലേക്ക് വാൾവീശി" എന്നും "വൃത്തവും അലങ്കാരവും തീർത്ത ചുഴിയിൽ മരണം കാത്തുകിടക്കുകയായിരുന്നു എന്റെ കവിത" എന്നും ശ്യാം എഴുതുമ്പോൾ "കിതപ്പോടെ കടന്നുപോകുന്ന കൊടുങ്കാറ്റുകളെ" കാണാം. അത് പ്രണയം നഷ്ടപ്പെട്ടവരുടെ ഹൃദയത്തിലൂടെ കടന്നുപോകുമ്പോഴും അനുഭവപ്പെടുന്ന

ഒന്നാണ്. ഈ വരികൾക്ക് ആത്മവിചാരണയോളമെത്തുന്ന ഒരു ഒഴുകിപ്പരക്കലുണ്ട്. "എന്റെ പൂച്ചക്കണ്ണുള്ള കാമുകിമാരിൽ" അതിന്റെ അലർച്ചയുണ്ട്. ആ അലർച്ച പതിഞ്ഞമട്ടിൽ വായനക്കാരന്റെ കഴുത്തിൽ തേറ്റകൾ അമർത്തുന്ന വിധത്തിലായിരുന്നു. "രഹസ്യങ്ങളെ മാപ്പുസാക്ഷിയാക്കാനും, വേർപിരിയലുകളെ പരസ്യവിചാരണ ചെയ്യാനും പിടിക്കപ്പെട്ടാൽ കാലുകൾ നക്കിത്തുടയ്ക്കാനും" കഴിയുന്നത് വേഷച്ചാർത്തുകൾക്കപ്പുറത്തുള്ള ജീവിതത്തെ അതിന്റെ സങ്കീർണ്ണതകളോടെ കവിക്ക് അനുഭവപ്പെടുത്താൻ കഴിയുന്നതുകൊണ്ടാണ്.

ശ്യാം തറമേലിന്റെ കവിതയുടെ രൂപബോധവും ദുരന്തകാർക്കശ്യവും വിചാരണാവിധികളും ചലനാത്മകമായ കാലബോധവും വരുംനാളുകളിൽ കൂടുതൽ ചർച്ചചെയ്യപ്പെടേണ്ടതാണ്. എൻ. എൻ. കക്കാട് എഴുതിയിട്ടുള്ളതുപോലെ "എനിക്കു പിന്നിലീ ലോകം മുടിഞ്ഞു കള്ളി പൊന്തട്ടെ" എന്ന് ഉറക്കെ പ്രഖ്യാപിക്കുന്നൊരു സാഹസികത ശ്യാമിന്റെ കവിതയുടെ പ്രാണനായ് വർത്തിക്കുന്നതുകാണാം. എന്നാലത് ദർശനപരമായ വ്യാഖ്യാനത്തിലേക്ക് കടക്കുന്നതുമില്ല. ശ്യാമിന്റെ കവിതയിലെ നിശബ്ദതയ്ക്ക് പോലും ഒരു ബലിയുണ്ട്. ആത്മാവിലേക്ക് തിരിയുന്ന അനുഭവത്തിന്റെ സമൃദ്ധമായ പൊരുളടക്കമാണ് ഈ കവിതകൾ തരുന്ന സാഫല്യം. കവിതയിലെ ഈ അസ്വസ്ഥത പുതിയ കാലത്തിന്റെ ചെറുത്തുനിൽപ്പും പോരാട്ടവുമാണ്. "ഒരിക്കലും തിരിച്ചുവരില്ലെന്നു തീർച്ചപ്പെടുത്താൻ വീട്ടിലേക്ക് ഓടിയെത്തുന്നവരിലും പ്രണയിച്ചിരുന്നപ്പോൾ അതിർത്തികൾ തുറന്നിട്ടിരുന്ന രാജ്യങ്ങളായിരുന്ന നമ്മൾ" എന്ന് തിരിച്ചറിയുമ്പോഴും "കാട് നിശബ്ദമാകുംവരെ തോക്കുകൾ ശബ്ദിച്ചുകൊണ്ടിരുന്നു" എന്ന് വിളിച്ചു പറയുമ്പോഴും തിരമാലകളില്ലാത്ത ഒരു കടൽ എന്നെയും കാത്തിരിക്കുന്നു എന്ന് ഓർമ്മിക്കുമ്പോഴും കവിതയുടെ ചിലങ്കകെട്ടിയ ഒറ്റവരിബുക്കിൽ ശ്യാം പേരെഴുതി ഒപ്പുവയ്ക്കുന്നത് "ഭ്രാന്തൻ" എന്നാണ്. അതുമാത്രം മതി ഈ കവിതകളുടെ തീകോരിക്കുടിക്കാൻ.

ഡോ. മുഞ്ഞിനാട് പത്മകുമാർ

പ്രസാധകക്കുറിപ്പ്

നമ്മുടെ കവികൾ പലതരക്കാരാണ്. ചിലർ ആത്മാവിഷ്ക്കാരങ്ങൾ കൊണ്ട് സ്വയം സായൂജ്യമടയുമ്പോൾ, മറ്റുചിലർ ആഗോളവിഷയങ്ങളിലെ മാനുഷിക മൂല്യത്തെക്കുറിച്ച് ആകുലപ്പെടും. വേറെചിലരാവട്ടെ തനിക്കുചുറ്റും സംഭവിച്ചതും, സംഭവിച്ചുകൊണ്ടിരിക്കുന്നതും, സംഭവിച്ചേക്കാവുന്നതുമായ ഉള്ളുലയ്ക്കുന്ന നിരാസങ്ങളെയും, അരികൊതുക്കലുകളെയും, നീതിനിഷേധങ്ങളെയും, കവിതയെന്ന ഏറ്റവും മൂർച്ചയേറിയ ആയുധവുമായി എതിരിടാനിറങ്ങും. അത്തരമൊരു പോരാളിയെയാണ് ശ്യാം തറമേൽ എന്ന കവിയിലും നമുക്ക് കാണുവാൻ കഴിയുന്നത്.

പാരമ്പര്യ സമ്പ്രദായങ്ങളുടെ ചട്ടക്കൂടുകൾ ഭേദിക്കുകയും ഒപ്പംതന്നെ കാവ്യാത്മകത ഒട്ടും ചോർന്നുപോകാതെ സസൂക്ഷ്മമായി ചേർത്തടുക്കിയ പദപ്രയോഗങ്ങളിലൂടെ ആസ്വാദനത്തിന്റെ അതിസൂക്ഷ്മ തലങ്ങളെപ്പോലും തൊട്ടുണർത്തുന്നുണ്ട് ശ്യാം തറമേൽ. തന്റെ കവിതകളെ കനകചിലങ്ക കെട്ടിച്ച് കാവ്യ നർത്തകിമാരാക്കുകയാണ് ഈ പുസ്തകത്തിലൂടെ കവി ചെയ്തിരിക്കുന്നത്.

'കൂട്ടുകാരി' എന്ന ഒന്നാമത്തെ കവിതയിൽ തുടങ്ങി 'ഇന്നലകളിൽ മഷി പടരുമ്പോൾ' എന്ന അമ്പതാമത്തെ കവിതവരെ വായനക്കാരുടെ മനസ്സിൽ അനിർവചനീയമായ വിവിധ വികാരങ്ങളുടെ വേലിയേറ്റങ്ങൾ സൃഷ്ടിക്കുമെന്ന് നിശ്ചയം. ശ്യാം തറമേൽ എന്ന ഈ യുവകവി മലയാളകവിതാസാഹിത്യത്തിന് മുതൽക്കൂട്ടാവും എന്നതിൽ തർക്കമില്ല.

'എന്റെ പൂച്ചക്കണ്ണുള്ള കാമുകിമാർ' എന്ന ഈ കാവ്യസമാഹാരം സന്തോഷപുരസ്സരം വായനപ്പുര പബ്ലിക്കേഷൻസ് മലയാളത്തിന് സമർപ്പിക്കുകയാണ്.

സ്നേഹപൂർവ്വം
പോൾസൺ തേങ്ങാപ്പുരക്കൽ

ഉള്ളടക്കം

1.	കൂട്ടുകാരി	19
2.	പന്ത്രണ്ടാംയാമത്തിലെ സ്വപ്നം	21
3.	വൈറസ് പറഞ്ഞ കഥ	25
4.	നീയും ഞാനും	29
5.	എന്നേ മരിച്ചവർ നമ്മൾ	30
6.	മുറിവുണങ്ങാത്ത ആകാശം	31
7.	കാണാതെ പോകുന്നവർ	33
8.	രണ്ടുചുംബനങ്ങൾ	35
9.	തോരാതെ പെയ്ത മഴയിൽ	39
10.	തത്സമയം യുദ്ധഭൂമിയിൽനിന്ന്	41
11.	സത്യത്തിന്റെ ജൈത്രയാത്ര	42
12.	ചിതയൊരുക്കം	44
13.	പ്രണയം നഷ്ടപ്പെട്ടവൾ	47
14.	എന്റെ പൂച്ചക്കണ്ണുള്ള കാമുകിമാർ	50
15.	രാത്രിയിലെ അപകട വളവുകൾ	53
16.	വർണ്ണ വിപ്ലവം	57
17.	30 ജനുവരി 1948	60
18.	മരം ഒരു വരം	61
19.	അച്ഛൻ മരിച്ച രാത്രി	63
20.	പ്രേതങ്ങൾ	66
21.	യാത്രക്കാരുടെ ശ്രദ്ധയ്ക്ക്	68
22.	ഗൗതമന്റെ പലായനം	71
23.	ഞാൻ മരിക്കുമ്പോൾ	75

24. കുടിയൊഴിപ്പിക്കൽ 78
25. ഞാനും എന്റെ പ്രണയവും 80
26. ഭ്രാന്തൻ 82
27. നിഴൽക്കൂത്ത് 83
28. വരിതെറ്റിയെഴുതിയ കവിത 85
29. പരോൾ 86
30. ആകർഷണം 87
31. ദൈർഘ്യം 88
32. ചുവന്ന തെരുവ് 89
33. അപൂർണ്ണ സിദ്ധാന്തം 90
34. ചാവേറുകളുടെ ആത്മഹത്യാക്കുറിപ്പ് 92
35. അഞ്ചാംനമ്പർ ബൂത്തിലെ കള്ളവോട്ടുകൾ 95
36. മൗനം 97
37. കപട സ്നേഹിതൻ 99
38. ആറടിമണ്ണ് 100
39. രക്തമൂറ്റുന്ന കരിമ്പടങ്ങൾ 101
40. പ്രളയത്തിന്റെ ഭൂപടം 103
41. ഉയർത്തെഴുന്നേൽപ്പ് 105
42. ഓർമ്മദിനം 106
43. ചുവന്ന പനിനീർ പൂവുകൾ 108
44. ഒറ്റപ്പെട്ടവരുടെ തുരുത്ത് 111
45. ഹത്രസ് ഒരു കണ്ണീർ കവിത 115
46. മൊഴിമാറ്റിയെഴുതിയ കവിതകൾ 117
47. പഴഞ്ചൊല്ലിൽ പതിരില്ല 120
48. തേഞ്ഞുതീർന്ന പാദരക്ഷകൾ 122
49. ഒറ്റയ്ക്കുപാടും പൂങ്കുയിൽ 124
50. ഇന്നലെകളിൽ മഷി പടരുമ്പോൾ 126

1

കൂട്ടുകാരി

കനൽപൂണ്ട വഴിയേ നടന്നുനീങ്ങി
നിന്റെ നിറമുള്ളൊരോർമ്മതൻ കൂട്ടുമായി
കൂട്ടിന്നുകൂട്ടായ കൂട്ടുകാരി
ഗോതമ്പിൻ നിറമുള്ള പാട്ടുകാരി

മുട്ടോളമെത്തുന്ന പാവാടയിട്ടു നീ
പാറിപ്പറന്നു കളിച്ചനാളിൽ
ഒരുമിച്ചു നാം കണ്ട ഓരോകിനാവും
ചിറകുള്ള വർണ്ണങ്ങളായിരുന്നു

ചിരിതൂകി നീ പോകും വഴിവക്കിലെന്നും
പതിവായി നിന്നെ ഞാൻ കാത്തുനിന്നു
മുകുളങ്ങൾ തളിരിട്ട വാകതൻ തണലത്ത്
ഏറെ സ്വകാര്യം പറഞ്ഞതല്ലേ

കൺമഷിക്കൂട്ടിനാൽ ചാലിച്ച കണ്ണുകൾ
പ്രണയത്തിൻ കഥകളിയാടിയപ്പോൾ
ചെറുമഴ ചാറ്റലിൽ ചേമ്പിലക്കുടയിൽ നാം
ഒരുമിച്ചു കൈകോർത്തു പോയതല്ലേ

ആശിച്ചു നട്ടൊരു ചെമ്പകത്തിൽ നിന്നാദ്യം
വിടർന്നൊരു പൂ പോലെയാണു നീ
ഇനിയുള്ള ജന്മങ്ങൾ
തുണയായ് പിറക്കുമെന്നുച്ചത്തിൽ
പാടിയ പാട്ടുകാരി

ഒരു കൊടുങ്കാറ്റിലും പതറാതെ നിന്ന നീ
ഒരു ചെറുതെന്നലിൽ വാടിത്തളർന്നതും
ഒരു നാളിലെന്നോട് ഒരുവാക്കുമോതാതെ
ചാരത്തു നിന്നു നീ ദൂരെക്കകന്നുപോയ്

കടലോളം നൊമ്പരം ബാക്കിയാക്കി
നിറ ശ്യാമമേഘമായ് പെയ്യാതെ പോയ നീ
ചെറുകുളിർ കാറ്റാകാൻ കഴിയാതെ നിന്നൊരെൻ
മിഴികൾ ഞാനറിയാതെ നനഞ്ഞു പോയി

തേടുന്നു നിന്നെ ഞാൻ ഇക്കാലമത്രയും
ഗോതമ്പിൻ നിറമുള്ള പാട്ടുകാരി
ഓർമ്മിക്കുവാനായ് നിറമുള്ളൊരോർമ്മകൾ
ചാലിച്ചു തന്നൊരു കൂട്ടുകാരി
കൂട്ടിന്നുകൂട്ടായ കൂട്ടുകാരീ
ഗോതമ്പിൻ നിറമുള്ള പാട്ടുകാരി

കനൽപൂണ്ട വഴിയേ നടന്നുനീങ്ങി
നിന്റെ നിറമുള്ളൊരോർമ്മതൻ കൂട്ടുമായി
കൂട്ടിന്നുകൂട്ടായ കൂട്ടുകാരി
ഗോതമ്പിൻ നിറമുള്ള പാട്ടുകാരി

●

2

പന്ത്രണ്ടാംയാമത്തിലെ സ്വപ്നം

രാത്രിയുടെ പന്ത്രണ്ടാം യാമത്തിലാണ്
ഒരു സ്വപ്നമെന്നിലേക്ക്
വാൾ വീശിയത്

കാറ്റ് വിതച്ച് കൊടുങ്കാറ്റ് കൊയ്ത
യോദ്ധാവിന്റെ
പാതിമുറിഞ്ഞ ശിരസ്സിനുള്ളിൽ
കരുതിവച്ച ചോദ്യചിഹ്നം
എന്നിലേക്ക് വിരൽ ചൂണ്ടി
അതിർത്തികൾ മനുഷ്യനിർമ്മിതമോ?
അതോ ദൈവ നിർമ്മിതമോ?

ഉത്തരങ്ങളുടെ വായ് മൂടിക്കെട്ടിയ വാളുമായി
ആരൊക്കയോ ദേശീയതയ്ക്കു തിരികൊളുത്തി.

തത്വശാസ്ത്രത്തിൻ പിതാമഹന്മാരഴിച്ചിട്ട
കൗപീനവും കവർന്ന്
ചിലർ
രാജ്യഭരണം സ്വന്തമാക്കി.

ബുദ്ധന്റെ കണ്ണുകെട്ടിയ
തുണിയിൽ,
ജപമാലയും ഏലസ്സും
വിൽക്കുവാനുള്ള
തിരക്കിലായിരുന്നു
ആൾദൈവങ്ങൾ.

നക്ഷത്ര ആമകളും വെള്ളിമൂങ്ങകളും
അന്ധവിശ്വാസികളെ ഭയന്ന്
വഴിയരികിലെ
മാളങ്ങളിൽ പതുങ്ങി.

വിശ്വാസിയും അവിശ്വാസിയും
അന്ധതയുടെ താഴ്‌വരയിലേക്ക്
കാൽവഴുതിവീണു.

ആസനത്തിൽ തീപിടിച്ചോടിയ പ്രജകൾ
രാജാവിന്റെ നഗ്നതകണ്ട്
കയ്യടിക്കുന്നുണ്ടായിരുന്നു.

മുല്ലപ്പൂമണം തിരക്കിയിറങ്ങിയവർ
ചുണ്ണാമ്പുകിട്ടാതെ തെരുവിലലഞ്ഞ
യക്ഷികളുമായി
പനമുകളിലേക്ക് ചേക്കേറി.

വാൾമുനകളുടെ വലയത്തിൽ വീണ
സാംസ്കാരിക നായകന്മാർ
ആവിഷ്കാര സ്വാതന്ത്ര്യത്തെക്കുറിച്ച്
കവലപ്രസംഗം നടത്തുന്നുണ്ടായിരുന്നു.

പ്രച്ഛന്നവേഷം കെട്ടിയ കമിതാക്കൾ
മോർച്ചറിയുടെ
ഭിത്തിയിൽ
രക്തംകൊണ്ട് റോസാപ്പൂക്കൾ വരച്ചു.

കാഴ്ച നഷ്ടപ്പെട്ടവരുടെ
പ്രണയലേഖനങ്ങൾ
ശരീരശാസ്ത്രത്തിൻ
നിമ്നോന്നതങ്ങളിലേക്ക്
കടപുഴകി വീണു.

അതിർത്തികൾ വ്യക്തമാക്കാനാവാതെ
പ്രണയവും വിരഹവും
സമാന്തരരേഖയിലുടെ
അപരിചിതരെപ്പോലെ നടന്നകന്നു.

ആർക്കും വേണ്ടാത്ത
കവിതാസമാഹാരങ്ങളുമായ്
ഞാൻ
താടി നീട്ടി വളർത്തി.

വൃത്തവും അലങ്കാരവും തീർത്ത ചുഴിയിൽ
മരണം കാത്തു കിടക്കുകയായിരുന്നു
എന്റെ കവിത.

അക്ഷരങ്ങളിൽ ചാട്ടുളിവീശി,
കവിതകൾക്ക് ലഹരിപിടിച്ചു
എനിക്ക് ചിറകുമുളച്ചു
ഉന്മാദത്താൽ ഉറഞ്ഞുതുള്ളി
ഹിജഡകളുടെ കുന്തമുനയേറ്റ്
ഞാൻ തളർന്നുവീണു
സ്വപ്നത്തിൽ വെളിപാടുണ്ടായി
ഞെട്ടിയുണർന്നതു നന്നായി
അല്ലെങ്കിൽ,
പതിമൂന്നാംയാമത്തിൽ
മറ്റൊരു സ്വപ്നമെന്നെ
കീറിമുറിച്ചേനെ.

●

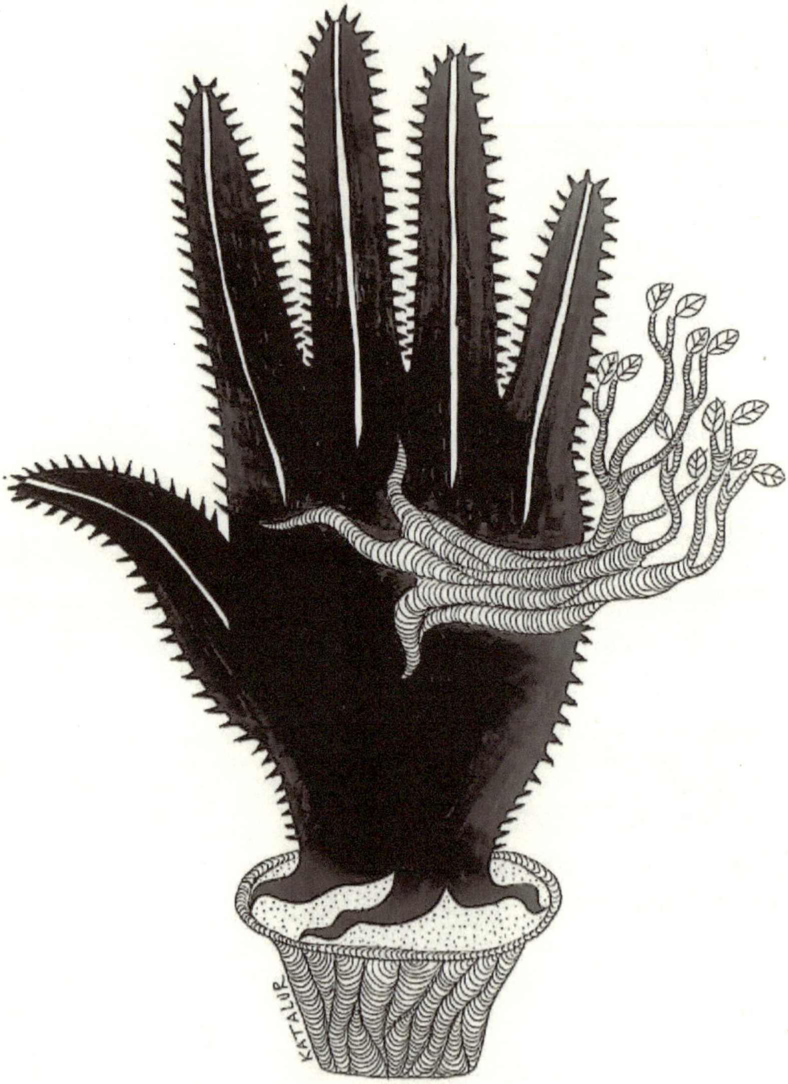
KATALUR

3

വൈറസ് പറഞ്ഞ കഥ

ആരാണ് വൈറസ് നീയോ ഞാനോ
ചിന്തിക്കു മർത്ത്യാ നീ ഇനിയെങ്കിലും
വെട്ടിപ്പിടിച്ച നിൻ നേട്ടങ്ങളൊക്കെയും
വെട്ടിത്തകർത്തതീ നാടിന്റെ നെഞ്ചകം

ഒന്നായിരുന്നൊരീ ഭൂമിക്കു കുറുകെ
പലതായ് മുറിച്ചുനീ പലദേശമാക്കീട്ട്
ഓരോ പതാകയും ചട്ടവും നിർമ്മിച്ചു
പങ്കിട്ടെടുത്തു നീ പലപേരുനല്കി

കുത്തി നോവിച്ചതും പോരാതെ തങ്ങളിൽ
പോരാടി നോവിച്ചു ഭൂമിതൻ ഹൃത്തടം
ഭൂഗോള സ്പന്ദനം വരുതിയിലാക്കുവാൻ
ഭ്രഷ്ട് കല്പിച്ചു നീ ഭൂമിതൻ മക്കൾക്ക്

സമൃദ്ധിയോടൊഴുകിയ നദി നീ തടഞ്ഞു
മണലൂറ്റി ജലധിതൻ പ്രാണൻ കളഞ്ഞു.
കാടുകളെല്ലാം നിൻ വീടുകളാക്കീട്ടു
പാരതന്ത്ര്യം തീർത്തു കാടിന്റെ മക്കൾക്ക്.

കടലിന്നു കുറുകെ പാലങ്ങൾ പണിതി-
ട്ടബ്ധിത്തിരകൾക്കു കടിഞ്ഞാണു തീർത്തു നീ
അധികാരക്കുപ്പായം തുന്നിപ്പിടിപ്പിച്ചു
അണ്വായുധങ്ങളാൽ പൃഥ്വിയെ നോവിച്ചു

പരിപൂർണ്ണ സൃഷ്ടിയെന്നാവേശം കൊണ്ടിട്ടു
ചന്ദ്രനിൽ പോകുവാൻ പേടകം തീർത്തു നീ
ഭൂമിതന്നാവാസമാകെതകർത്തിട്ടു
ചൊവ്വയിൽ നീ നിൻ വസതികൾ തീർത്തതും
മറ്റൊരു സൂര്യനെനിർമ്മിക്കുവാനായി
സൂര്യനെനോക്കി നീ വെല്ലുവിളിച്ചതും

പലർക്കായി ഈശ്വരൻ തീർത്തൊരീ ഭൂമിയെ
സ്വാർത്ഥതയാലെ നീ കൈവശം വെച്ചതും
ഭാവനയാലെ തീർത്തൊരാ സ്വർഗ്ഗത്തിൻ
ഉന്മാദ ചിന്തയിൽ എല്ലാം മറന്നു നീ

ആരാണ് വൈറസ് നീയോ ഞാനോ
ചിന്തിക്കു മർത്യാ നീ ഇനിയെങ്കിലും
വെട്ടിപ്പിടിച്ച നിൻ നേട്ടങ്ങളൊക്കെയും
വെട്ടിത്തകർത്തതീ നാടിന്റെ നെഞ്ചകം

ആദിമ സൃഷ്ടിയാം പരമാണുവാണു ഞാൻ
ഭൂമി മാതാവിൻ സൃഷ്ടിയാം പരമാണു
ഭ്രഷ്ട് കൽപ്പിച്ചു നീ എനിക്കുമീ ഭൂമിയിൽ
സൃഷ്ടി സ്ഥിതി സംഹാരം നീയെന്ന ഗർവ്വാലെ

കാടും മുടിച്ച് നാടും മുടിച്ച് പായും
നിനക്കായ് പണിതൂ കടിഞ്ഞാൺ
ഭ്രഷ്ട് കൽപ്പിക്കുന്നു നിനക്കുഞാനീമണ്ണിൽ
നിന്നിഷ്ട വിഹാരം നിലയ്ക്കട്ടെ ഭൂമിയിൽ

പ്രകൃതിതൻ സൃഷ്ടികൾ ആവേശഭരിതരായ്
പൃഥ്വിതൻ നെറുകയിൽ വിഹരിച്ചു നിൽക്കവേ
ഉറങ്ങിയ നഗരവും നെഗളിച്ച ശാസ്ത്രവും
ഇനിയാതൊന്നുമേ ചെയ്യുവാനാകാതെ
പുതുജീവനത്തിനായ് യാചിച്ചു നിൽക്കവേ

പകരുന്നു നിനക്കായ് പുതുപാഠമൊന്നുണ്ട്
ശിഷ്ടകാലം നിനക്കോർത്തോർത്തു പാടുവാൻ
ഗർവോടെ ജീവിച്ചാൽ നിശ്ചലമാകും
എന്നേക്കുമായ് നിൻ കുലംപോലുമീ മണ്ണിൽ

ആരാണ് വൈറസ് നീയോ ഞാനോ
ചിന്തിക്കു മർത്ത്യാ നീ ഇനിയെങ്കിലും
വെട്ടിപ്പിടിച്ച നിൻ നേട്ടങ്ങളൊക്കെയും
വെട്ടിത്തകർത്തതീ നാടിന്റെ നെഞ്ചകം

●

KATALUR

4

നീയും ഞാനും

എത്ര മുങ്ങിത്തപ്പിയിട്ടും
പേരിനുപോലും
പ്രണയമില്ലാത്തൊരു
കടലായിരുന്നു നീ!

ഞാൻ നിന്റെവാക്കിൽ
മുങ്ങിമരിച്ചൊരു
തിരമാല.

●

5

എന്നേ മരിച്ചവർ നമ്മൾ

പ്രിയപ്പെട്ട സ്നേഹിതാ..,

നമ്മളെന്നേ മരിച്ചവർ

ജനിച്ചപ്പോൾ തന്നെ
പലവട്ടം മരിച്ചവർ

വളർന്നപ്പോൾ
പലതവണ കൊല്ലപ്പെട്ടവർ

പ്രണയിച്ചിരുന്നപ്പോൾ
എത്രവട്ടം ആത്മഹത്യ ചെയ്തവർ

എന്നിട്ടും പ്രിയനേ,
നീ പറയുന്നു

നമ്മളിപ്പോഴും
ജീവിച്ചിരിപ്പുണ്ടെന്ന്!

●

6

മുറിവുണങ്ങാത്ത ആകാശം

ചൂണ്ടുവിരലിനാൽ നിങ്ങളൊരാകാശത്തെ
പമ്പരമാക്കിയിട്ടുണ്ടോ
ഉണ്ടെങ്കിൽ മുറിവേറ്റവർക്കായ് നമുക്കൊരു
സൗരയൂഥം പണിയാം

കണ്ണേറുകൊണ്ട് നിങ്ങളൊരു മഴവില്ലിനെ
താഴെയിറക്കിയിട്ടുണ്ടോ
ഉണ്ടെങ്കിൽ ഒറ്റപ്പെട്ടുപോയവർക്കായ്
നമുക്കൊരു ഭൂഖണ്ഡത്തിനു പിറവിയൊരുക്കാം

കാൽവിരലുകളാൽ നിങ്ങളൊരു പർവ്വതത്തെ
താങ്ങിനിർത്തിയിട്ടുണ്ടോ
ഉണ്ടെങ്കിൽ കാലടികളാൽ
നമുക്കഭയാർത്ഥികൾക്കായൊരു
വൻകര അളന്നെടുക്കാം

കൺപീലികളാൽ നിങ്ങളൊരു
കടലിനെ വരുതിയിലാക്കിയിട്ടുണ്ടോ
ഉണ്ടെങ്കിൽ അനാഥർക്കായ് ചെറുദ്വീപുകളെ
നമുക്കൊരുമിച്ചു ചേർക്കാം

മുടിയിഴകളാൽ നിങ്ങളൊരു
കണ്ടൽകാടിനെ വലിച്ചടുപ്പിച്ചിട്ടുണ്ടോ
ഉണ്ടെങ്കിൽ നമുക്കിലകൊഴിഞ്ഞൊരു
വടവൃക്ഷത്തിനു മേൽക്കൂര പണിയാം

നനഞ്ഞ ചുണ്ടുകളാൽ നിങ്ങൾ
കാട്ടുതീ ആളിക്കത്തിച്ചിട്ടുണ്ടോ
ഉണ്ടെങ്കിൽ
നമുക്കക്ഷരങ്ങൾക്ക് തിരികൊളുത്താം
അക്കങ്ങളിൽ വെടിമരുന്ന് നിറയ്ക്കാം

ഉണരാത്തൊരു ജനതയ്ക്കു മുൻപിൽ
വാക്കുകളാൽ ചുരിക പണിയാം
വരികളാൽ ചാട്ടവാറ് തീർക്കാം

കഴുതകളുടെ ചെവിയിൽ കിന്നരം പാടാതെ
നഗ്നനായ രാജാവിനെ കൗപീനമുടുപ്പിക്കാം
വെറുപ്പിൻ പിൻതലമുറക്കാർക്കായ്
കവിതകളെ കുഴിബോംബുകളാക്കാം

ഇനിയും ഉണരാത്ത ജനതയ്ക്കുമുൻപിൽ
നിർത്താതെ കവിതകൾ പാടാം
പുതുവിപ്ലവത്തിനായ് തോക്കുകളിൽ
അക്ഷരങ്ങൾ നിറച്ചുവെക്കാം.

●

7

കാണാതെ പോകുന്നവർ

പണ്ട് കാടുകയറിയോർക്കെല്ലാം
എന്തുപറ്റി?

കാറ്റടിച്ചവഴികടന്ന്
തീപടർന്ന ചെരുവിലൂടെ
പുലിപതുങ്ങും മടകയറി
ചതുപ്പിലൂടെ
അടിവാരത്തിലൂടെ
ആനത്താരകൾ താണ്ടി

നട്ടപ്പാതിരാനേരത്ത്
മരംകോച്ചുന്ന തണുപ്പരിച്ച്
തലയറഞ്ഞു കരഞ്ഞ
കാറ്റിൻ മുഖത്താഞ്ഞടിച്ച്

മഴുവെത്താത്ത ദിക്കുകളിലെല്ലാം
മുഴക്കോലെറിഞ്ഞ്
പച്ചകുത്തിയ കൈയാൽ
കണ്ടലെല്ലാമറുത്തെടുത്ത്

കാറ്റെത്താത്ത
മഴകാണാത്ത
വെയിൽതീണ്ടാത്ത
മരച്ചുവടുകളെല്ലാം വെട്ടിമാറ്റി

വിഷംതീണ്ടാതെ
കടുവയ്ക്കിരയാകാതെ
മദഗജദൃഷ്ടിയേൽക്കാതെ
മലങ്കാറ്റിലുലയാതെ
പെരുമഴയിലൊടുങ്ങാതെ,

പണ്ട് കാടുകയറിയോർക്കെല്ലാം
എന്തുപറ്റി?

കാടുവിട്ട് കാടുമാറി
പറന്നുനടന്നോരെല്ലാം

ഇനിയൊരു പച്ചപ്പാതിരായ്ക്കോ
മുഖം കടുത്തൊരു ത്രിസന്ധ്യക്കൊ
ദൃഷ്ടിദോഷംബാധിച്ച പുലർച്ചയിലോ

പേരുദോഷപ്പെരുമയിൽ ചൂട്ടുംതെളിച്ച്
അന്തിയുംമോന്തി
ആടിയുലഞ്ഞ്
വേച്ചു വേച്ച്
കഴുവേറിമക്കളേയെന്നു വിളിച്ചുകൂവി
വേലിയേറ്റത്തിലൊലിച്ചുപോയ മുളങ്കാടിന്റെ
തായ്‌വേര് തെളിച്ച്
കെട്ടതാളത്തിലെല്ലാം ചൂളംവിളിച്ച്
കാടിറങ്ങി
കുടിലു തിരയുന്നുണ്ടാകും
പണ്ട് കാടുകയറിയോരെല്ലാം..

8

രണ്ടുചുംബനങ്ങൾ

വാക്കുകൾ കൊല്ലപ്പെട്ട രാത്രിയിലാണ്
മോർച്ചറി വരാന്തയിലേക്കൊരു
തണുത്ത കാറ്റ് വീശിയത്.

കാറ്റിനേക്കാൾ
വേഗത്തിലായിരുന്നു
രണ്ടുചുംബനങ്ങൾ
ആത്മഹത്യാക്കുറിപ്പിന്റെ
ആഴങ്ങളിലേക്ക് തുറിച്ചു നോക്കിയത്.

അശാന്തിയുടെ
ഇരുളറകളിലെരിഞ്ഞമർന്നത്
ആകാശംമുട്ടെ പറന്ന പക്ഷിയുടെ
ചിറകുകളായിരുന്നു.

അക്ഷമയുടെ
തീനാളങ്ങളൊറ്റപ്പെടുത്തിയത്,
ദിവാസ്വപ്നങ്ങൾ കണ്ടുവളർന്ന
രണ്ടുചുംബനങ്ങളെയാണ്.

നീയും ഞാനും സഞ്ചരിച്ച വഴികളിലെ
പൂമൊട്ടുകൾക്ക്
എത്ര പെട്ടന്നാണ്
ജരാനരകൾ ബാധിച്ചത്.

നമ്മൾ കുടിച്ചുവറ്റിച്ച കണ്ണീർപ്പുഴകൾ
എന്തിനാണ്
നാരായവേരുകളിൽ
ആത്മഹത്യ ചെയ്തത്?

പറയാതെ ബാക്കിവെച്ച
ഉത്തരങ്ങൾ
അഗ്നിപർവതം മോഷ്ടിച്ച
കള്ളന്മാരായിരുന്നു.

നിന്നെയും കാത്തിരുന്ന്
മുടിനരച്ച വൈകുന്നേരങ്ങൾ

പൂക്കളില്ലാത്ത രാജ്യത്തെ
പൂമ്പാറ്റകളായിരുന്നു.

നിന്നെ പിരിഞ്ഞ രാത്രിയിൽ
നാടുകടത്തപ്പെട്ട പുഞ്ചിരികൾ
വിശ്വാസത്തിന്റെ കൊടുമുടിയിൽ വെച്ചാണ്
മാനഭംഗപ്പെട്ടത്.

ഉത്തരങ്ങൾ കൊലപ്പെടുത്തിയ
ഹൃദയമില്ലാത്ത ചോദ്യങ്ങളിലെ
പതിരുകൾ അളന്ന്
അകന്നുപോയ നമ്മൾ

ഇരുണ്ട കുടുസ്സുമുറിയിലെ
വികലാംഗരായ
പോസ്റ്റുമാർട്ടം ടേബിളിൽ വെച്ച്
വീണ്ടും കണ്ടുമുട്ടി.

നിന്റെയും എന്റെയും
ഹൃദയം
പലപ്പോഴായ് മോഷണം പോയ വിവരം
അപ്പോഴായിരുന്നു പരസ്യപ്പെട്ടത്.

മോഷണം പോയ ഹൃദയങ്ങളെയും കാത്ത്
രണ്ടുചുംബനങ്ങൾ
മോർച്ചറി വരാന്തയിലപ്പോഴും
കാത്തുനിൽക്കുന്നുണ്ടായിരുന്നു.

●

KATALUR

9

തോരാതെ പെയ്ത മഴയിൽ

പ്രിയപ്പെട്ട ജാക്വിലിൻ,

അഗ്നിശിഖയിലാണ്ട ഹൃദയമുരുകാൻ
തുടങ്ങിയിട്ടിന്ന് രണ്ടാം നാൾ.

രക്തധമനികൾ ദിശമാറി
ദുരൂഹതയിലേക്കൊഴുകുന്നു.

കാത്തിരിപ്പ്
വരണ്ട ചുണ്ടുകളെ
വരിഞ്ഞുമുറുക്കുന്നു.

പ്രിയപ്പെട്ടവരുടെ നിലവിളികൾ
കാതുകളെ കാർന്ന് തിന്നുന്നു.

തോരാതെ പെയ്ത മഴയും
ഒഴുകിപ്പോയ കൂരകളും
നിലംപരിശായ കൂറ്റൻ മരങ്ങളും
ചിന്തകളെ കെണിയിലാക്കുന്നു.

ഞാൻ ശരിക്കുമോർക്കുന്നുണ്ട്,
ഗ്രാമത്തിനിപ്പോൾ നിസ്സഹായരുടെ മുഖമാണ്.

ഇരുളിന്റെ വിജനതയിൽ മനോനില തെറ്റിയവർ,
ഒറ്റ രാത്രികൊണ്ട് മേൽക്കൂര നഷ്ടപ്പെട്ടവർ,
ഒത്തുചേരലിന് മുൻപേ ഒറ്റപ്പെട്ടുപോയവർ,
തിരച്ചിലിനൊടുവിൽ ചതുപ്പിൽ പുതഞ്ഞവർ,

ചേർത്ത് പിടിച്ചപ്പോൾ കൈവിട്ടു പോയവർ,
നമ്മൾ കൈപിടിച്ച് നടക്കാറുള്ള കവലപോലും
ഇപ്പോൾ ഭൂപടത്തിലില്ല.

ചീവീടുകൾ ഒറ്റരാത്രികൊണ്ടുതന്നെ
പുതിയൊരു രാജ്യം പണിതിരിക്കുന്നു.

മേരിടീച്ചറുടെയും ഖാദറിക്കയുടെയും
വീട് നിന്നിടത്തുകൂടി
ഇപ്പോഴും പുഴ ഒഴുകുന്നുണ്ട്.

ആരൊക്കെയോ
നമ്മോട്
പ്രതികാരം ചെയ്തു
കടന്നുപോയി.

എനിക്കുറപ്പാണ്
കാത്തിരിപ്പിനൊടുവിൽ
നമ്മൾ
കവലയിലൂടെ കൈകോർത്തു പോകുമെന്ന്.

എന്റെ ഹൃദയത്തിലിപ്പോൾ നീ മാത്രമാണ്
രക്തമുറയുന്ന തണുപ്പിലും,
വീശിയടിക്കുന്ന കൊടുങ്കാറ്റിലും,
ഉറഞ്ഞു തുള്ളുന്ന പെരുമഴയിലും,
ഓർമ്മകളുടെ രാജ്യത്ത്
പുനർജനിച്ച സ്വപ്നങ്ങളുമായ്
നിന്നെയുംകാത്ത് അടിവാരത്ത്
ഞാനുണ്ടാകും.

●

10

തത്സമയം യുദ്ധഭൂമിയിൽനിന്ന്

നിലവിളിക്കുന്നതിന് തൊട്ടു മുൻപ്
അവർ ആകാശത്തേക്കൊന്നു നോക്കി.

പക്ഷികൾക്കുനേരെ വിറയാർന്ന
തള്ളവിരലുയർത്തിക്കാട്ടി.

ഭൂമിയിലേക്ക് ധൃതിയിൻ കണ്ണോടിച്ചു
പൂച്ചകളെ നോക്കി ചുണ്ടുകൾ വേഗത്തിലനക്കി.

പൂക്കളെ, കാറ്റിനെ, മഴയെ
നോക്കി നെടുവീർപ്പിട്ടു.

പുൽക്കൊടിയെ നോക്കി
അസൂയപ്പെട്ടു.

വെടിയുണ്ടകളെത്തും മുൻപേ
അവർ ഉറക്കെ വിളിച്ചുപറഞ്ഞു
"യന്ത്രപ്പറവകൾ ലക്ഷ്യമിടുന്നത്
ഞങ്ങളെ മാത്രമാണ്.
ഈ ദൈവങ്ങൾ ഞങ്ങളെ
വീണ്ടും കബളിപ്പിച്ചു.
പുനർജന്മമുണ്ടേൽ
മനുഷ്യനാകാതെ പിറക്കണം."

●

11

സത്യത്തിന്റെ ജൈത്രയാത്ര

സത്യമൊരു ദീർഘദൂരയാത്രയാണ്.

കുരുടൻ ഞണ്ടുകൾ മയങ്ങും
കനൽവഴികളിലൂടെ,

കൊമ്പൻ ചെല്ലികൾ പതുങ്ങും
പെരുവഴികളിലൂടെ,

കൈവരികളുടൽതിന്ന
പാലത്തിലൂടെ,

കൊടുത്തൂവകളപായമണി മുഴക്കിയ
ചെറു കാടുകളിലൂടെ,

നട്ടുച്ചയ്ക്ക് ചോരതുപ്പുന്ന
കൂട്ടുവഴികളിലൂടെയുള്ള
ദീർഘദൂര യാത്ര.

വഴിമധ്യേ
തേറ്റകളുള്ള വാക്കുകൾ
വഴിമുടക്കി നിൽക്കും

യാത്ര നിർത്തരുത്.

പുലഭ്യത്തിലണമുട്ടിയ മൗനങ്ങൾ
വാക്കത്തിയൂരിയുറഞ്ഞുതുള്ളും

പകച്ചു പോകരുത്.

മദമിളകിയ പൂമ്പാറ്റകൾ
കപടതയുടെ കടക്കണ്ണുകൾ കാട്ടി
ഭ്രമിപ്പിക്കും

അടിപതറരുത്.

കുത്തുവാക്കുകളുരുക്കി
കുത്തിനോവിക്കാനായൊരു കാട്ടുപക്ഷി
ചുണ്ടിൽ ചിതയൊരുക്കി പാഞ്ഞടുക്കും
ഒരടിപോലും പിന്നോട്ട് പോകരുത്.

അപ്രിയസത്യങ്ങളോടൊപ്പം
തൂക്കിലേറ്റിയൊരു ആകാശക്കോടാലി
ആയുസ്സറുക്കാനായ് അലറിയടുക്കും
കണ്ടതായിപ്പോലും നടിക്കരുത്

ഒറ്റുകാരുടെ ഘോഷയാത്ര കണ്ടോ,
മുഖംമൂടി വില്പനക്കാരുടെ
വെള്ളിനാണയത്തുട്ടുകൾ കണ്ടോ,
തുഴതിന്ന തോണികൾ കണ്ടോ,
യാത്ര അവസാനിപ്പിക്കരുത്.

പൂർണ്ണവിരാമത്തിനു മുൻപ്,
കല്ലുവെച്ച നുണകളെല്ലാം
പ്രാണത്യാഗം ചെയ്ത
കല്ലറകളിൽനിന്നും
നിഴൽപാമ്പുകളുടെ നിശബ്ദതയെ
വകഞ്ഞുമാറ്റി
നടന്നുപോകുന്ന സത്യത്തെക്കാണാം.

അസത്യങ്ങളെ തിന്നുകൊഴുത്ത
കൊടിമരങ്ങളെ കുടിച്ചിറക്കി
ഇടിമുഴക്കങ്ങളിൽ കാന്താരിപൂക്കും
ഇടവഴിയിലൂടെയുള്ള
നേരിന്റെ ജൈത്രയാത്ര.

●

കൊടിത്തൂവ : ചൊറിയണം(ശരീരത്തിൽ ചൊറിച്ചിലുണ്ടാക്കുന്ന ഒരു ചെടി)

12

ചിതയൊരുക്കം

നിറം പോയ സന്ധ്യക്കു ചാർത്തുവാനായ്
കടംകൊണ്ട ചായങ്ങൾ ചാലിച്ചു വച്ചു ഞാൻ
ചിറകറ്റ സ്വപ്നങ്ങൾ ബാക്കിയാക്കി, പക്ഷേ
ഇരുളിന്റെ മറപറ്റി സന്ധ്യയും യാത്രയായ്.

പിരിയുവാൻ നേരമായോ സഖി? അതോ
അത് വെറുമൊരു തോന്നൽ മാത്രമോ

തറവാട്ടിലെവിടെയോ കരുതിവച്ചുള്ളൊരാ
ചന്ദനമുട്ടികൾ ആരോ പരതുന്നു
അന്ത്യമാം ചുംബനം നൽകേണ്ട കണ്ണുകൾ
അർബുദം പടർന്നേറി ചലനം നിലച്ചുവോ

പിന്നിട്ട വഴിയിലെ മധുനുകരുമോർമ്മയും
ഇന്നലയിലേറെ കൊതിപ്പിച്ച ബാല്യവും
സ്നേഹിച്ചു തീരാത്ത പ്രണയത്തിൻ നാദവും
നിറവാർന്ന മിഴികളുടെ ഹൃദ്യമാം താളവും
ചിറകുള്ള സ്വപ്നങ്ങൾക്കൊപ്പം തകർന്നുവോ

യാത്ര ചോദിക്കുവാനാകാതെ ഏതോ
നീരാളിപ്പിടിയിലെൻ ശ്വാസം നിലച്ചപോൽ
പിരിയുവാൻ നേരമായോ സഖി? അതോ
അത് വെറുമൊരു തോന്നൽ മാത്രമോ

നേരമേതൊന്നിനും തികയാഞ്ഞ കാലത്തും
നിറ പുഞ്ചിരിച്ചൊരെൻ അധരം വിതുമ്പിയോ

ചലനം നിലക്കാത്ത ഹൃദയത്തിൻ തന്ത്രികൾ
ശോകമാം സംഗീതം പാടാതെ പാടുമ്പോൾ
വിറയാർന്ന കൈകൾക്കു പിടിവള്ളി നൽകുവാൻ
ആരും വരാനില്ലെന്നാരോ പറഞ്ഞപോൽ

നിശാഗന്ധി പൂക്കും നിലാവെട്ട രാത്രിയിൽ
മറവിക്കയങ്ങളിൽ നീരാടി ഞാൻ നിൽക്കെ
നേരമായ് പോകുവാൻ ഈ നീലവാനവും
സ്വച്ഛന്ദ ഭൂമിതൻ തണലും കളഞ്ഞിട്ട്
പിരിയുവാൻ നേരമായോ സഖി? അതോ
അത് വെറുമൊരു തോന്നൽ മാത്രമോ.

●

KATALUR

13

പ്രണയം നഷ്ടപ്പെട്ടവൾ

പ്രണയം നഷ്ടപ്പെട്ടവളിലൂടെ
കടന്നുപോകണം
നിങ്ങളൊരിക്കലെങ്കിലും.

സങ്കടങ്ങൾ നിറച്ചുവെച്ച്
പെയ്തൊഴിയാതെ വീർപ്പുമുട്ടുന്ന
കാർമേഘങ്ങളെ തള്ളിനീക്കി
കിതപ്പോടെ കടന്നുപോകുന്ന
കൊടുങ്കാറ്റുകളെ കാണാം.

പ്രണയം നഷ്ടപ്പെട്ടവളുടെ
കണ്ണുകളിലേക്ക് തുറിച്ചു നോക്കണം
നിങ്ങളൊരിക്കലെങ്കിലും

നീരുവറ്റിയ പുഴയിൽ
പിടഞ്ഞുമരിച്ച മീനുകളുടെ
നോവാഴങ്ങളിൽ
ആത്മാവ് നഷ്ടപ്പെട്ട മരുഭൂമിയുടെ
വിണ്ടുകീറിയ ഉള്ളറകൾ കാണാം.

പ്രണയം നഷ്ടപ്പെട്ടവളുടെ
ഹൃദയം മുറിച്ചുകടക്കണം
നിങ്ങളൊരിക്കലെങ്കിലും

കാത്തിരിപ്പിനൊടുവിൽ
കരഞ്ഞ ആകാശവും,
നൊമ്പരങ്ങളുടെ തീജ്വാലകളേറ്റ്

വികലമായ ഭൂമിയും
വാരിയെറിഞ്ഞ
ചെളിതെറിച്ച പാടുകൾ കാണാം.

പ്രണയം നഷ്ടപ്പെട്ടവളുടെ
കവിളുകളെ തഴുകിക്കടന്നുപോകണം
നിങ്ങളൊരിക്കലെങ്കിലും.

വേടന്റെ അമ്പേറ്റുമരിച്ച
ക്രൗഞ്ച മിഥുനങ്ങളുടെ കണ്ണുനീരുവീണ്
വരണ്ട ഭൂമിയിലെ
കൊഴിഞ്ഞ ഇലകളും, കരിഞ്ഞുതുടങ്ങിയ
ഓറഞ്ച് തോട്ടവും കാണാം.

പ്രണയം നഷ്ടപ്പെട്ടവളുടെ
ചുണ്ടുകളിലെ ആർദ്രത
അളന്നുനോക്കിയിട്ടുണ്ടോ
നിങ്ങളൊരിക്കലെങ്കിലും

ഇടിമിന്നലുകളുടെ അധിനിവേശത്താൽ
മുറിഞ്ഞ ചില്ലകളിൽ
രക്തമൂറുന്ന വ്രണങ്ങളും,
വെന്തുനീലിച്ച പൂക്കളും കാണാം.

പക്ഷെ, പ്രണയം നഷ്ടപ്പെട്ടവളുടെ
നഗ്നതയിലേക്ക്
കാമത്തിന്റെ കുതിരകളെ
ഒരിക്കൽപോലും അയയ്ക്കരുത്

ആത്മനൊമ്പരങ്ങളുടെ അഗ്നിപർവ്വതങ്ങൾ
ചുമച്ചുതുപ്പിയ ലാവകൾ കൊണ്ടവൾ
നിങ്ങളുടെ കാഴ്ചകളെ മരവിപ്പിക്കും,
അധരത്തെ കീറിമുറിക്കും,
ഹൃദയഭിത്തികളെ വരിഞ്ഞുകെട്ടും.

പ്രണയം നഷ്ടപ്പെട്ടവളോട്
ചുംബനങ്ങളിലൂടെ മാത്രം വിരിയുന്ന
പൂക്കളെക്കുറിച്ചോ,
പൂമൊട്ടുകളെ കൊന്നൊടുക്കിയ
പൂക്കാലത്തെ കുറിച്ചോ,
സന്ധ്യയിൽ ചോരതുപ്പി മരിച്ച
ആകാശത്തെക്കുറിച്ചോ
ഒരിക്കൽപ്പോലും പറയാൻ ശ്രമിക്കരുത്.

അവൾ അഗ്നിപർവ്വതത്തെ പ്രസവിച്ച
പൂമ്പാറ്റയുടെ
കരിഞ്ഞുണങ്ങിയ ചിറകുകൾ പുതച്ച്
രണ്ടു ഭൂഖണ്ഡങ്ങളെ ഒരുമിച്ചു വിഴുങ്ങിയ
കുഞ്ഞുമീനിന്റെ കണ്ണുകളിൽ
ഉറങ്ങുന്നവളാണ്.

അവളുടെ ഹൃദയതാളങ്ങൾ
ഒരിക്കൽപ്പോലും അളന്നുനോക്കരുത്,
അവൾ ഹൃദയം നിലച്ച,
താളമില്ലാത്ത,
ഉറവ വറ്റിയ രാജ്യത്തെ,
ജീവനില്ലാത്ത മരുഭൂമിയാണ്.

അവളിൽ ഇനി
ദീർഘ നിശ്വാസത്തിൻ
വേലിയേറ്റങ്ങളിൽ
കടപുഴകി വീണ
ഒറ്റമരത്തിന്റെ നെടുവീർപ്പുകൾ മാത്രം.

●

14

എന്റെ പൂച്ചക്കണ്ണുള്ള കാമുകിമാർ

എന്റെ കാമുകിമാരിൽ പലരും
പൂച്ചക്കണ്ണികളാണ്
കട്ടെടുത്ത പ്രണയം
ഖൽബിലൊളിപ്പിച്ച
സൂത്രശാലികളാണ്.

ആദ്യനോട്ടത്തിൽ തന്നെയവർ
കടങ്കഥകൾ
കണ്ണിലൂടാവാഹിക്കും,

ഉത്തരങ്ങളിൽ
കൂനാങ്കുരുക്കിട്ട്
ഹൃദയത്തിന്റെ ഉള്ളറയിൽ
പകുത്തുവയ്ക്കും,

കാമമൊളിപ്പിച്ച ചുണ്ടുകളിൽ
രതിചിത്രങ്ങൾ വരച്ചുചേർക്കും

പ്രണയത്തിന്റെ ഉടമ്പടി പത്രങ്ങൾ
നുണക്കുഴിയിൽ മറച്ചുവയ്ക്കും,

വീണ്ടെടുത്ത കൈവശരേഖകളുമായി
അതിർത്തികൾ നുഴഞ്ഞുകയറും

ഉറവവറ്റിയ പ്രണയങ്ങൾ
മുതലക്കണ്ണീരിൽ ചാലിച്ചുവയ്ക്കും,

അപ്രിയസത്യങ്ങളുമായ് കൊമ്പുകോർക്കും.

രഹസ്യ സമവാക്യങ്ങളാൽ
ഗുണനിലവാരപ്പട്ടിക തയ്യാറാക്കും,

ഭിന്നസംഖ്യകളെയും,
കൂട്ടക്ഷരങ്ങളെയും ഒഴിവാക്കും,

അവിഭാജ്യ സംഖ്യകളെ ചേർത്തുനിർത്തി
പലിശയും കൂട്ടുപലിശയും ഈടാക്കും.

അവർക്കുമുൻപിൽ ജീവിതം
സ്വരാക്ഷരങ്ങൾ മുറിഞ്ഞ അക്ഷരമാല.

പ്രണയം സൂത്രവാക്യങ്ങൾ
നിറഞ്ഞ കണക്കുപുസ്തകം.
ബന്ധങ്ങൾ വെട്ടിയും തിരുത്തിയും
മാഞ്ഞുപോയ പറ്റുബുക്കുമാത്രം.

അവർ നിലാവിൻ നിഴൽചൂടി
മന്ത്രവാദികളാകും
പൂച്ചയിൽ നിന്നും പുലിയിലേക്കും,
കഴുതയിൽനിന്നും കുതിരയിലേക്കും രൂപം മാറും,

ഓന്തിനെപോലെ നിറംമാറി
കാമുകന്മാരുടെ പൊക്കിളിൽ നോക്കി
രക്തമൂറ്റിക്കുടിക്കും.

അവർ
കണ്ണടച്ചിരുട്ടിൽ ഒളിച്ചിരിക്കും

ആൾപെരുമാറ്റം കേട്ടാൽ
കള്ളിയെപ്പോലെ വാലാട്ടും

പിടിക്കപ്പെട്ടാൽ കാലുകൾ നക്കിത്തുടയ്ക്കും

പലശബ്ദത്തിൽ കരഞ്ഞുകൊണ്ട്
വൻമതിലുകൾപോലും ചാടിക്കടക്കും

വീടിന്റെ മേൽക്കൂരയിൽ ഒളിച്ചിരിക്കും

രണ്ടുകാലിൽ മുകളിലേക്കും.
നാലുകാലിൽ താഴേക്കും കുതിച്ചുചാടും.

വേർപിരിയലുകളെ പരസ്യമായി വിചാരണചെയ്യും
രഹസ്യങ്ങളെ മാപ്പുസാക്ഷിയാക്കും.

നൊമ്പരങ്ങളെ ചാക്കിലാക്കി
ജീവനോടെ ഉപേക്ഷിക്കും.

അവർ നിഗൂഢതകളൊളിപ്പിച്ചുവെച്ച
ദ്വീപിലേക്കുള്ള ഒറ്റയടിപ്പാതയാണ്

വാക്കുകൾക്കതീതമായിരുന്നു
അവർക്കെന്നോടുള്ള പ്രണയം.

ആദ്യചുംബനത്തിൻ ഉന്മാദത്താൽ അവരുടെ
പൂച്ചക്കണ്ണുകൾ പനിനീർപ്പൂവുകളായി.
എലിക്കെണിയിൽ സ്വപ്ങ്ങൾ അടർത്തിവെച്ച്
അവർകാത്തിരുന്നു
ചുണ്ടുകളിൽ തീപടർത്തിയാഴ്ന്നിറങ്ങി

ജീവനും ജീവിതവും
കെണിയിലായ
എന്റെ മീശക്കുചുറ്റും
അവർ ചിത്രം വരച്ചു

ഞാൻ എലിയും അവർ പൂച്ചകളുമാണെന്ന്
തിരിച്ചറിഞ്ഞപ്പോഴേക്കും
അവരുടെ തേറ്റകൾ
എന്റെ കഴുത്തിൽ അമർന്നിരുന്നു.

●

15

രാത്രിയിലെ അപകട വളവുകൾ

നിരവധി അപകടവളവുകൾ
തരണംചെയ്താണ്
വീടുകൾ
ഓരോ രാത്രിയും കുടിച്ചുവറ്റിക്കുന്നത്

ആദ്യ വളവിൽ വെച്ചുതന്നെ

ചില വീടുകൾ മനസ്സമാധാനത്തിനായ്
വിജനതയിലേക്കിറങ്ങിയോടും.

നിറയെ ചരക്കുകളുമായി പാഞ്ഞുവരുന്ന
തീവണ്ടിയുടെ മുൻപിലേക്കെടുത്തുചാടും.

ഇടനാഴികളിലപ്പോഴും
രണ്ടോ അതിൽ കൂടുതലോ
അഗ്നിപർവ്വതങ്ങൾ
ഉള്ളിൽനിറഞ്ഞ ആർത്തവരക്തത്താൽ
വീർപ്പുമുട്ടുന്നുണ്ടാകും.

വളവിന്റെ ഇരുവശങ്ങളിലുമായ്
ശിരസ്സറ്റുപോയ അക്ഷരങ്ങളും
ചോരവാർന്നുവീണ മൈൽകുറ്റികളും
മരവിച്ചുറങ്ങുന്നതു കാണാം.

രണ്ടാം വളവിൽ

ചോരതുപ്പിയ വിള്ളലുകൾ കൂട്ടിയോജിപ്പിച്ച

കറുത്തപാടുകൾകാണാം.
നിസ്സഹായതയുടെ വേലിയേറ്റത്തിൽപെട്ട്
പാളംതെറ്റിയ തീവണ്ടിയിൽ നിന്നും
ചിലർ ജീവനുവേണ്ടി
നിലവിളിക്കുന്നുണ്ടാകും.

നീണ്ട നിലവിളികൾക്കൊടുവിൽ
ഉയർത്തിപ്പിടിച്ച കൈകളിൽ
രണ്ടായ് മുറിഞ്ഞ ഭൂമദ്ധ്യരേഖ കാണാം.

നിരവധി സങ്കീർണ്ണതകൾ നിറഞ്ഞ
മൂന്നാം വളവിൽ

പകുതി കീറിയ
ആകാശവും
ഉൽക്കവീണ
നക്ഷത്രങ്ങളെയും കാണാം.

വളവിന്റെ വശങ്ങളിൽ
പാഠ്യപദ്ധതിയിലുൾപ്പെടാത്ത
ചോദ്യങ്ങളുടെ
പകുതി വെന്ത
ഉത്തരങ്ങൾ കാണാം.

ദിശാസൂചികകൾക്ക് മുൻപിൽ
പ്രാണരക്ഷാർത്ഥം കിണറ്റിൽ ചാടിയ
വാതിലുകളും ജന്നലുകളും
തിരിച്ചു കയറാനാകാതെ
കുടുങ്ങിക്കിടക്കുന്നത് കാണാം.

നാലാം വളവിൽ

കുരുക്കിട്ട് മരിച്ച
ചുംബനങ്ങളെയും

പരസ്പരം കൊത്തി
ഫണംമുറിഞ്ഞ
നാഗങ്ങളെയും
പൂരപ്പറമ്പിൽ വെച്ച്
മയക്കുവെടിയേറ്റു നിലംപരിശായ
മദയാനയേയും കാണാം.

നാല് അപകടവളവുകൾക്കും ശേഷം

ഇറങ്ങിപ്പോയ വീടിനേയുംകാത്ത്
സമനിലതെറ്റി മരിച്ചവരുടെ
പകുതികീറിയ ശരീരങ്ങളുമായ്
വലിയ ജനാവലി
കവലയിൽ കൂടിനിൽക്കും.

രാത്രിയാത്രയിലെ
പുതിയ മാർഗ്ഗനിർദ്ദേശങ്ങളുമായ്.

●

KATALUR

16

വർണ്ണ വിപ്ലവം

സമത്വമെന്നൊരു
വാക്കിന്നർത്ഥം
തിരഞ്ഞ ഞാൻകേട്ടു,

സമത്വമെന്നാൽ
നാവിൽനിന്നും
തെറിച്ച പാഴ്വാക്ക്

വെളുത്ത വർണ്ണപ്പടലവുമായി
പിറന്നവർക്കായി
സമത്വമെന്നൊരു വാക്കിനെ നിങ്ങൾ
തിരുത്തിയെഴുതീല്ലേ?

ഉറഞ്ഞുതുള്ളും സാമ്രാജ്യങ്ങൾ,
വെളുത്തവിരൽ ചൂണ്ടി
അടിച്ചമർത്താൻ,അടിമകളാക്കാൻ
കരുത്തുകാട്ടുന്നു

വെളുത്തചായം തൊലിയിൽ പൂശിയ
കറുത്ത ചങ്കാലെ,
കറുത്തമക്കളെ കരുത്തുകാട്ടി
ഞെരിച്ചുകൊല്ലുന്നു.

വെളുത്തകൈകൾ കറുത്തമക്കളെ
തിരഞ്ഞു കൊല്ലുമ്പോൾ

ഓർക്കുക,
വെളുപ്പിനുള്ളിലെ ജീവൻതന്നെ
തുടിക്കും കറുപ്പിലും.

നിറഞ്ഞുനിൽപ്പത്
കരുത്തു കൂട്ടണ കറുത്ത നിറമെങ്കിൽ
ഉള്ളിലെ സിരകളിലോടും ചോരയ്ക്കെന്നും
ചുവപ്പ് നിറമാണ്.

പുറത്തു മാത്രം വെളുത്ത വർണ്ണ
ചായമണിഞ്ഞോരെ
ചായം പൂശി വെളിപ്പിച്ചാലും
കറുപ്പ് മാറൂല്ല,
ഉള്ളിലെ കറുപ്പ് മാറൂല്ല.

ഞങ്ങളിലൂടെ നിങ്ങളുയർത്തിയ
വെളുത്ത മാളികകൾ
പടുത്തുയർത്താൻ കുരുതികൊടുത്തത്
കറുത്ത തലമുറകൾ.

നിറഞ്ഞ തോക്കിന്മുനയ്ക്കുമുമ്പിൽ
നിരത്തിനിർത്തീട്ട്
ഞങ്ങടെ കൂരയ്ക്കുള്ളിലെ സ്ത്രീത്വം നിങ്ങൾ
കവർന്നെടുത്തില്ലേ.

ഇനിയും വേദന കടിച്ചമർത്താൻ
കഴിയില്ലോർത്തോളൂ
കരുത്ത് നേടി തിരിച്ചടിക്കും
കറുത്ത ശക്തികളായ്

കരുത്തു വാറ്റി നിറച്ചുവെച്ചോരു
പത്തായപ്പുരകൾ
പൊളിഞ്ഞുവീഴും പുതിയയുഗത്തിൻ
ചവറ്റുകുട്ടകളിൽ.

ഞങ്ങളെയെന്നും അടിമകളാക്കാൻ
എഴുതിയ സംഹിതകൾ
തിരുത്തിയെഴുതി കരുത്തുപകരും
കറുത്തകൈകൾക്ക്.

നിശ്ശബ്ദരാക്കാൻ നാവുകളരിഞ്ഞ
നിയമവ്യവസ്ഥകളെ
പരസ്യമായിട്ടെഴുതിത്തള്ളും
നിറഞ്ഞ തെരുവുകളിൽ

ഉറഞ്ഞുതുള്ളിയ സാമ്രാജ്യങ്ങൾ
പിടിച്ചെടുത്തിട്ട്,
പിറന്ന മണ്ണിൽ പടുത്തുയർത്തും
പുതിയൊരു സാമ്രാജ്യം.

●

യു.എസിലെ മിനസോട്ടയിൽ പോലീസുദ്യോഗസ്ഥന്റെ ക്രൂരമർദനത്തിനിരയായി ആഫ്രിക്കൻ വംശജനായ ഫ്ലോയ്ഡ് കൊല്ലപ്പെട്ടപ്പോളെഴുതിയത്

17

30 ജനുവരി 1948

രാമനിലേക്കുള്ള
ദൂരമളക്കാൻ
തിമിരംപിടിച്ച
കണ്ണുകൾ
വെടിവെച്ചുവീഴ്ത്തിയത്
പക്ഷികളുടെ സ്വാതന്ത്ര്യം
സ്വപ്നംകണ്ട
ആകാശത്തെയാണ്.

●

18

മരം ഒരു വരം

ഒരുകുഴിയിൽ
ഇരുപതുപേർ ചേർന്നൊരു തൈ നട്ടു
പുഞ്ചിരിയാലൊരു ഫോട്ടോ
മുഖപുസ്തകത്തിലൊരു കുറിപ്പ്
വാട്ട്സാപ്പിലൊരു സ്റ്റാറ്റസ്...

ഇനി
അടുത്ത പരിസ്ഥിതി ദിനത്തിൽ
ഇതേകുഴിയിൽ
മറ്റൊരു തൈ നടാം
'മരമൊരു വരം'
എന്ന ശീർഷകത്തോടെ.

●

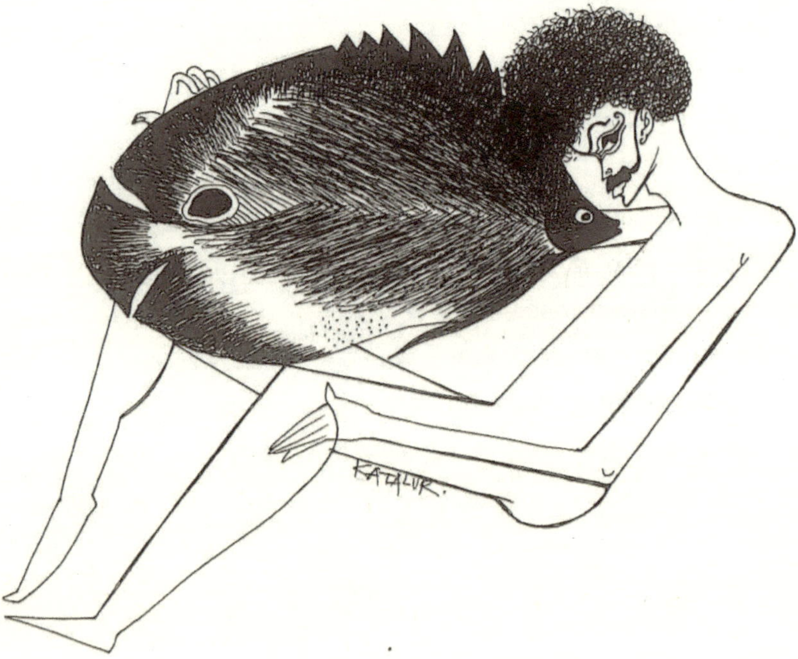
KADALUR.

19

അച്ഛൻ മരിച്ച രാത്രി

അച്ഛൻ മരിച്ച രാത്രിയിലാണ്

സമനില തെറ്റിയൊരു കഴുക്കോൽ
വീടിന്റെ ഉമ്മറത്തേക്ക്
കുഴഞ്ഞു വീണതും
ഒറ്റ രാത്രികൊണ്ട് തന്നെ
വീട് നിലംപരിശായതും
കലങ്ങിയ കണ്ണുകൾ കൊണ്ട്
നിലാവുള്ളൊരു രാത്രിയെ
കരിമ്പനടിപ്പിച്ചതും.

അലക്കിയ വെള്ളമുണ്ട്
രണ്ടായിക്കീറി
അച്ഛന്റെ കാലുകൾ
കൂട്ടിക്കെട്ടിയപ്പോഴാണ്

ചിതലുകളുടെ വിശപ്പടക്കി
പകുതി മരിച്ച ചാരുകസേര
മേൽവിലാസം നഷ്ടപ്പെട്ട,
വാറുപൊട്ടിയ പാദരക്ഷയോടൊപ്പം
പട്ടടയിലേക്ക് തളർന്നുവീണതും
കണ്ഠമിടറിയെത്തിയ
തണുത്തകാറ്റ്
എന്റെ നെഞ്ചിനുള്ളിലേക്ക്
ആഞ്ഞുവീശിയതും.

അനുവാദത്തിനു കാത്തുനിൽക്കാതെ
അച്ഛനെ കുളിപ്പിക്കാൻ തുടങ്ങിയപ്പോഴാണ്,

ഉറവ വറ്റിപ്പോയൊരു കിണർ
ജലമന്വേഷിച്ച്
മറുകരയിലേക്ക് കണ്ണുകളെറിഞ്ഞതും
ഓർമ്മകളുടെ നടവരമ്പിലേക്ക്
കാൽവഴുതിവീണതും,
നിറയെ നക്ഷത്രങ്ങൾ നിറഞ്ഞ
ആകാശത്തെയും ചുമന്ന്
ഉറുമ്പുകൾ
പുഴക്കരയിലേക്ക് യാത്രയായതും.

മുറ്റത്തെ മൂവാണ്ടൻ മാവ് മുറിച്ച്
അച്ഛന്റെ ചിത ഒരുക്കിയപ്പോഴാണ്
ഒരു പുരുഷായുസ്സ് മുഴുവൻ
ഓടിക്കുഴഞ്ഞ ഘടികാരം
നാക്കിൽ കുരുക്കിട്ട്
ആത്മഹത്യ ചെയ്തതും,
പറവകൾക്ക്
കിടപ്പാടം നഷ്ടപ്പെട്ടതും.

ഞാൻ കൊളുത്തിയ
തീയിൽ
അച്ഛനൊരു
തീഗോളമായപ്പോഴാണ്
രണ്ടായി മുറിഞ്ഞ
നിലാവിനേയും ചുമന്ന്
വാൽനക്ഷത്രങ്ങൾ
കുഴിമാടം വരെ അകമ്പടി സേവിച്ചതും,
മുറ്റത്തെ തുളസിയും മുക്കുറ്റിയും
ഞരമ്പ്മുറിച്ച് പ്രാണത്യാഗം ചെയ്തതും.

ഒരുപിടി ചാരത്തിൽ നിന്നും
അച്ഛന്റെ അസ്ഥികൾ
പെറുക്കിയെടുത്തപ്പോഴാണ്,
നിറയെ ചോദ്യങ്ങളുള്ള പെരുവഴിയിൽ
പെങ്ങൾ പകച്ചുനിന്നതും,
കണ്ണുനീരുകൊണ്ടൊരു
പുഴയ്ക്ക് ജന്മംനൽകിയതും.

അച്ഛന്റെ ചിത്രം
ഭിത്തിയിൽ തൂക്കി
പൂമാലചർത്തിയപ്പോഴാണ്
അടുക്കളയിലെ പാത്രങ്ങൾ
അമ്മയോട് കലഹിച്ച്
ആത്മാഹുതി ചെയ്തതും,
സുരക്ഷയുടെ മതിൽക്കെട്ടുകൾ തകർന്നുവീണ
ഭ്രാന്താശുപത്രിയുടെ വാതിലുകൾ
അമ്മയുടെ മുൻപിലേക്ക് മലർക്കെ തുറന്നതും,
എന്നിലെ മകൻ
ചിതയ്ക്കൊപ്പം കത്തിയമർന്നതും.

നീണ്ട കോലാഹലങ്ങൾക്കൊടുവിൽ
ബന്ധുക്കളും നാട്ടുകാരും
പടിയിറങ്ങിപ്പോയപ്പോഴാണ്
ശൂന്യമായൊരാകാശത്തെ
നേരിൽകണ്ടതും
അടിവേരിളകിയൊരു പർവ്വതത്തെ
ഞാൻ തലയിൽ ചുമന്നതും.

●

20

പ്രേതങ്ങൾ

പ്രേതങ്ങളെ എനിക്ക് പണ്ട്
ഭയമായിരുന്നു

വെളുത്ത വേഷമണിഞ്ഞ്
നിലത്തുറയ്ക്കാത്ത
കാലുകളുമായ്
കൂർത്തപല്ലുകൾ കാട്ടി
രക്തമൂറ്റിക്കുടിയ്ക്കാനിറങ്ങി നടക്കുന്ന

പ്രേതങ്ങളെ
പണ്ടെനിക്ക് പേടിയായിരുന്നു.

അങ്ങനെയിരിക്കെ,
പെട്ടന്നാണ്
അവൾ മരിച്ചുപോയതും,
ഞാനൊറ്റയ്ക്കായതും.

ഞാനിപ്പോൾ
ഇരുട്ടത്തിറങ്ങിനടക്കും
പ്രേതങ്ങളെ
ഒരുനോക്കു കാണാൻ

വിജനതയിലേക്ക്
മുങ്ങാംകുഴിയിടും
പ്രേതങ്ങളുടെ
വരവറിയാൻ.

പുല്ലുവളർന്ന
സെമിത്തേരിക്കു മുൻപിൽ
താടിക്കു കൈതാങ്ങി
കാത്തിരിക്കും.

പ്രേതമായെങ്കിലും
അവളെയൊന്നു
കാണാൻ പറ്റിയിരുന്നെങ്കിലെന്ന
പ്രാർത്ഥനയുമായി.

●

21

യാത്രക്കാരുടെ ശ്രദ്ധയ്ക്ക്

മരിച്ചവരെല്ലാം
ഈ തീവണ്ടിയിലെ യാത്രക്കാരാണ്

മരിച്ചുകഴിയുമ്പോൾ
മനമറിയാതെ നമ്മൾ
ഈ തീവണ്ടിയിൽ കയറിപ്പറ്റും

ജീവനുള്ളപ്പോൾ യാത്രചെയ്ത
തീവണ്ടികൾ
പോലെയല്ല ഈ തീവണ്ടി.

നീളമുള്ള,
വേഗത കുറഞ്ഞ,
ശബ്ദമില്ലാത്ത തീവണ്ടി

ചൂളംവിളികൾ മനപ്പൂർവ്വം മറന്ന
പുകയില്ലാത്ത എഞ്ചിൻ

പകയില്ലാത്ത
തിടുക്കമില്ലാത്ത
ലക്ഷ്യമില്ലാത്ത
യാത്രക്കാർ.

നിറയെ നക്ഷത്രങ്ങളുള്ള
പാതയോരങ്ങളും
ചിറകുകളിൽ പൂക്കളുള്ള

ചിത്രശലഭങ്ങളാൽ
അലങ്കരിച്ച
ബോഗികളുമുള്ള തീവണ്ടിയിൽ
മരിച്ചവർ മാത്രമാണ് യാത്രക്കാർ.

ബുദ്ധനും,
ഗാന്ധിയും
ഒരേ ബോഗിയിലായിരുന്നു.
ഗോഡ്സെയുടെ കൈയ്യിൽ
തോക്കിനുപകരം
റോസാപ്പൂക്കൾ

കൂട്ടിലടച്ച തത്തയുടെ പടമുള്ള
ചുവന്ന അക്കങ്ങൾ മാത്രമുള്ള
കലണ്ടർ
മറിച്ചുനോക്കുന്ന
ഗാന്ധിജി

മരിച്ചതിനു ശേഷമുള്ള യാത്രകൾ...

പൂക്കളെപ്പോൽ സൗന്ദര്യമുള്ള,
തൊട്ടാവാടിയെപ്പോൽ ക്ഷമയുള്ള,
വേരുകളെപ്പോൽ അതിരുകളില്ലാത്തവയാണ്,

മരണം ഒരു തിരിച്ചറിവാണ്

അർത്ഥമില്ലാത്ത
തിരക്കഥകളുടെ,
കരുതിവെച്ചു നഷ്ടപ്പെടുത്തിയ
പ്രണയത്തിന്റെ,
ഒളിച്ചിരുന്ന് വെട്ടിവീഴ്ത്തിയ
വിശ്വാസങ്ങളുടെ,
ചേർത്തുപിടിക്കാതെ നഷ്ടപ്പെടുത്തിയ

സൗഹൃദങ്ങളുടെ.
അറിവിൽനിന്നും
തിരിച്ചറിവിലേക്കുള്ള
യാത്രകളാണ്
ഓരോ ജീവിതവും

വേഗതകൂടിയ
തീവണ്ടിയിൽ നിന്നും
വേഗത കുറഞ്ഞ
തീവണ്ടിയിലേക്കുള്ള
യാത്രയിലാണ്
നീയും
ഞാനും.

●

22

ഗൗതമന്റെ പലായനം

അന്നനാളത്തിൽ തീപിടിച്ച
രാത്രിയിലാണ്
ബുദ്ധനാകുവാനായ്
ഞാനിറങ്ങിത്തിരിച്ചത്

നിറയെ നെല്ലുകൾ വിളഞ്ഞ പാടത്തെ
രണ്ടായ്മുറിച്ച വരമ്പത്തുകൂടി
നിലാവിനെ ഒളിച്ചുകടത്തിയ
നിഴലുകളാണ്
ഗൗതമന്റെ
പലായനത്തെക്കുറിച്ച്
ആദ്യമെന്നോട് പറഞ്ഞത്

നക്ഷത്രങ്ങളുമായി കലഹിച്ച്
മേഘപാളികളിൽ ചേക്കേറിയ
അമ്പിളിജനാണ് യശോധരയുടെ
ഒറ്റപ്പെടലിനെക്കുറിച്ച്
വാതോരാതെ സംസാരിച്ചത്

കൊമ്പുകോതിയ ആൽത്തറയിൽ
ബോധിവൃക്ഷത്തിന്റെ
പൊരുൾതേടിയിറങ്ങിയ
അത്താഴപ്പഷ്ണിക്കാരന്റെ
ആത്മാവാണ്

വെള്ളാരംകല്ലിൽ തീർത്ത
കപിലവസ്തുവിലെ
കൊട്ടാരത്തെക്കുറിച്ച്
വാചാലനായത്

അമാവാസിയിലെ
വേലിയേറ്റത്തിലൊലിച്ചുപോയ
ഉപദ്വീപുകളാണ്
കൊടും കാട്ടിലൊറ്റപ്പെട്ടുപോയ
രാഹുലനെയോർത്ത്
കണ്ണീർ പൊഴിച്ചത്

ഊരുതെണ്ടികൾ
നീന്തിക്കുളിക്കുന്ന
അലക്ക് കുളത്തിലെ
ഒറ്റക്കണ്ണൻ മീനുകളാണ്
ഗൗതമന്റെ യാത്രകളെക്കുറിച്ച്
അടക്കംപറഞ്ഞത്

ഭ്രാന്തന്റെ കുപ്പായമണിഞ്ഞ
മനുഷ്യരൂപങ്ങൾ
വേദപുസ്തകങ്ങളുടെ
ഉൽപത്തി തേടി
മറുകരയിലേക്ക്
നീന്തുന്നതിന്റെ രഹസ്യം
മുറിച്ചെവിയൻ തവളകളാണ്
പരസ്യപ്പെടുത്തിയത്

കുമിളകളുടെ ആയുസ്സിനെപ്പറ്റിയുള്ള
ആധിയിലാണ്
മഞ്ഞുത്തുള്ളികൾ

ബുദ്ധനെ അന്വേഷിച്ച്
കുന്നിന്മുകളിലേക്ക്
യാത്രയായത്

വിശപ്പിന്റെ വയറ്റാട്ടിയെ
തിരഞ്ഞുമടുത്തവർ
ബുദ്ധനെ അന്വേഷിച്ച്
യാത്ര തുടങ്ങിയിരുന്നു

ആത്മീയതയുടെ
വേരുകൾ തേടി
കുന്നുകയറിയവരുടെ
കൂട്ടത്തിൽ
ഞാനുമുണ്ടായിരുന്നു

പൊരുളുകളുടെ
പൊരുൾ തേടിയിറങ്ങിയ
സിദ്ധാർത്ഥൻ
അപ്പോഴേക്കും
ബുദ്ധനോടോപ്പം
കുന്നിറങ്ങിത്തുടങ്ങിയിരുന്നു.

●

അബ്ലിജൻ : ചന്ദ്രൻ

KATALUR

23

ഞാൻ മരിക്കുമ്പോൾ

ഞാൻ മരിച്ചശേഷം

ഇനിയൊരിക്കലും
തിരിച്ചുവരില്ലെന്നു
തീർച്ചപ്പെടുത്താൻ
നിങ്ങളെന്റെ
വീട്ടിലേക്കൊടിയെത്തുമെന്ന്
എനിക്കുറപ്പാണ്.

നാളിതുവരെ
പോർവിളികളാൽ പടനയിച്ച
നാവൊതുക്കി,
ചുണ്ടിലൊരു സൗഹൃദച്ചിരിയൊളിപ്പിച്ച്
കയ്യിലൊരു പുഷ്പ ചക്രവുമായി
ചങ്കിലെ ചൂടളക്കാൻ നീ
പാഞ്ഞെത്തുമെന്നും
എനിക്കറിയാം.

നിറംമങ്ങിയ
പുസ്തകത്താളുകളിൽ
ഇനിയും പെറ്റുകൂട്ടാത്ത
മയിൽപീലികളെത്തിരക്കി
കൈയിലൊരു പനിനീർ പൂവുമായി
കണ്ണിന്റെ തുടിപ്പളക്കാൻ

അപരന്റെ
സിന്ദൂരവും ചാർത്തി
നീയെത്തുമെന്ന്
പണ്ടേ ഞാനുറപ്പിച്ചതാണ്

എന്റെ ഒസ്യത്തിലെ
അവസാന വരിയിലെ
പതിരുമാറ്റിയ
നെല്ലളക്കാൻ
മസ്തിഷ്കത്തിൽ
തണുപ്പേറും മുന്നേ
പ്രിയപ്പെട്ടവരേ,
നിങ്ങളെത്തുമെന്ന്
പണ്ടേ ഞാൻ
കണക്കുകൂട്ടിയിരുന്നു.

ഇനിയും വരാനുണ്ട്,

ഒടുക്കാത്ത കൂട്ടുപലിശയുടെ
അടവ് തിരക്കി
പലിശക്കാരൻ.

പകർത്തിയെഴുതി
കുമിഞ്ഞുകൂടിയ
പറ്റുബുക്കുമായ്
പലചരക്കു കടക്കാരൻ.

തിന്ന മീനിന്റെയും
കുടിച്ച പാലിന്റെയും
കണക്കുമായ്
മീൻകാരനും, പാൽക്കാരനും.

പടികയറിയവരിൽ പലരും
മരണമുറപ്പിച്ച്
ഒന്നാംപക്കം തന്നെ പടിയിറങ്ങി.

ആളൊഴിഞ്ഞ വീട്ടിലെ
വിജനമായ പടിപ്പുരയിൽ
പകുതിവിരിഞ്ഞ പൂമൊട്ടുകളിൽ
പകർത്തിയെഴുതിയ
കവിതകൾ മാത്രം
കാത്തിരിക്കുന്നു

എന്റെ മരണത്തോടെ
അവർ മാത്രമാണല്ലോ
തനിച്ചാകുന്നത്.

●

24

കുടിയൊഴിപ്പിക്കൽ

നമ്മളുറങ്ങുമ്പോഴും
ഉറങ്ങാതെകിടക്കുന്നചിലരുണ്ട്
നമുക്ക്ചുറ്റിനും.

തീപിടിച്ച ആകുലതകളെ
ചിന്തകളിലാകമാനം പടർത്തി
ഉറക്കം നടിച്ചുണർന്നിരിക്കുന്നവർ.

നമ്മൾ നോക്കുമ്പോൾ
അയാളുറങ്ങുകയാവും
കണ്ണുകൾ അടഞ്ഞിരിക്കുകയുമാവും
കൂർക്കം വലിക്കുന്നുമുണ്ടാകും
വായയുടെ വശങ്ങളിലൂടെ
ഈളുവ ഒലിക്കുന്നുമുണ്ടാകും
പക്ഷെ,
അയാൾ കാതുകൾ കൂർപ്പിച്ച്
നനഞ്ഞകണ്ണുകൾ പാതികൂമ്പി
ശ്വാസനിശ്വാസങ്ങളെ വരുതിയിലാക്കി
നെടുവീർപ്പുകളെയുള്ളിലൊതുക്കി
തലയിൽ പുഴുവരിച്ച കാവൽനായയുടെ
കാൽപ്പാടുകളെ പിന്തുടർന്ന്
ഉറക്കംനടിച്ച് കിടക്കുകയാവും.

ഉള്ളിലെത്ര പെരുമ്പറ മുഴങ്ങിയാലും,
ആമാശയത്തിലെത്ര

രാസക്രിയ നടന്നാലും,
ആകെയുള്ള മിച്ചഭൂമിയും
ചിതലരിച്ച ചെറ്റപ്പുരയും
ജപ്തിചെയ്യാനുള്ള
ഉത്തരവ്
കൈയ്യിലുള്ളിടത്തോളം കാലം
സുഖശയനം
അയാൾക്കൊരു
വിദൂരസ്വപ്നം മാത്രമായിരിക്കും.

●

25

ഞാനും എന്റെ പ്രണയവും

ചില പ്രണയങ്ങൾ
നാടുകടത്തപ്പെട്ട ചുഴലിക്കാറ്റു പോലെയാണ്,
ആദ്യ സംഗമത്തിൽ തന്നെ
പ്രളയത്തെ ചുമലിലേറ്റി പാഞ്ഞുവരും.

ചില നോട്ടങ്ങൾ
ഏലസ്സിലൊളിപ്പിച്ച മാന്ത്രികവടി പോലെയാണ്
ആദ്യ നോട്ടത്തിൽ തന്നെ
ഉരുൾപൊട്ടലുകളെ
കണ്ണിനുള്ളിലേക്കാവാഹിച്ചുകൊണ്ട്
കടന്നുപോകും.

ചില അധരങ്ങൾ
പ്രണയഖനികളാണ്
ഓരോ ചുംബനത്തിലും
കൊടുങ്കാറ്റിനെ
പൂമൊട്ടുകളിൽ കടത്തിക്കൊണ്ടു പോകും

ചില വാക്കുകൾ
ഭ്രാന്തന്റെ തൂലിക പോലെയാണ്
ഒറ്റവാക്കിൽ തന്നെ
ഇടിമിന്നലിനെ
ഭൂമിയുടെ അടിവയറ്റിലേക്ക്
ക്ഷണിച്ചുവരുത്തും

ചില സ്വപ്നങ്ങൾ
പകുതിതേഞ്ഞ
ആയൂർരേഖ പോലെയാണ്
കണ്ടു മുഴുമിപ്പിക്കും മുൻപേ
പാറക്കൂട്ടങ്ങൾക്കൊണ്ട്
തിരമാലകളുടെ കണ്ണുകെട്ടും.

ചിലബന്ധങ്ങൾ
കാട്ടുതീ പോലെയാണ്
ആദ്യകൂട്ടിമുട്ടലിൽ തന്നെ
കാടുമുഴുവൻ അഗ്നി പടർത്തും

ചില മരണങ്ങൾ
ഒളിച്ചുകടത്തലുകളാണ്
ഭൂമിയിൽ നിന്നും ആകാശത്തേക്കുള്ള
നുഴഞ്ഞുകയറ്റമാണ്

ഉത്തരം കിട്ടാത്ത ചോദ്യങ്ങളെ
നൂലുപൊട്ടിയ പട്ടത്തിൻവാലിൽ
ആരോ കൊരുത്തുപറത്തിയ
നെടുവീർപ്പുകളുടെ
ആകാശമായിരുന്നു ഞാൻ

ആദ്യ പ്രളയത്തിൽ ഉരുൾപൊട്ടിയ
സ്വപ്നങ്ങളുടെ കൊടുംകാറ്റിൽ
ഭ്രാന്തന്റെ മൗനത്തിലൂടെ
ചുംബനങ്ങളെ ഒളിച്ചുകടത്തിയ
ഇടിമിന്നലായിരുന്നു
എന്റെ പ്രണയം.

●

26

ഭ്രാന്തൻ

ഡിസംബർ തണുത്തുറയുന്നു.
പുൽമേടയും
കാപ്പിത്തോട്ടവും
മരവിച്ചുറങ്ങുന്നു.
ഉള്ളിലെ തീയിൽ
ഞാൻ മാത്രമാണ് പനിക്കുന്നത്.

പുറമെ പുരട്ടാനുള്ള
നീറ്റുമരുന്നു മാത്രമായിരുന്നു
ഞാനെന്ന
തിരിച്ചറിവിൽ
പനിച്ചുവിറക്കുകയാണ്.

നമ്മളെന്നും കണ്ടുമുട്ടാറുള്ള
വാകയുടെ
വളഞ്ഞുകുത്തിയ വേരിൽ
അല്പനേരമിരിക്കണം.

എനിക്കൊന്നു കുമ്പസരിക്കണം.

അക്ഷരങ്ങൾക്ക്
ചിലങ്കകെട്ടിയ
ഒറ്റവരി ബുക്കിൽ
ഭ്രാന്തനെന്നെഴുതി വയ്ക്കണം

27

നിഴൽക്കൂത്ത്

പറക്കമുറ്റാത്ത കാലം മുതൽ
കൂടെയുണ്ട്

നിങ്ങൾ ചിന്തിക്കുന്നതുപോലെ
അവനെ ഞാൻ ക്ഷണിച്ചുവരുത്തിയതല്ല

വലിഞ്ഞുകയറി വന്ന് കൂട്ടുകൂടിയതാണ്

അവനാരാണെന്നുള്ള ചിന്ത
പലപ്പോഴും ഉള്ളിൽ കനൽ പടർത്തിയിട്ടുണ്ട്.

അവൻ കള്ളനോ,
ഒളിഞ്ഞു നോട്ടക്കാരനോ ആകാം
ചാരനോ,
നുഴഞ്ഞു കയറ്റക്കാരനോ ആയിരിക്കാം.

നഗ്നതയുടെ ആരാധകനോ,
സ്വകാര്യതകളുടെ കടന്നുകയറ്റക്കാരനോ ആകാം.

രഹസ്യനിലവറയുടെ കാവൽക്കാരനോ,
രാജ്യതന്ത്രങ്ങളുടെ ഒറ്റുകാരനോ ആയിരിക്കാം.

ചിലപ്പോൾ ആഴമുള്ള സുഹൃത്തോ,
കൂടപ്പിറപ്പോ,
വഴിതെറ്റിയ കാമുകനോ ആയിരിക്കാം.

നിഗൂഢതകൾ ഒളിപ്പിച്ചുവെച്ചവന്റെ
തനിസ്വരൂപം എങ്ങനെ അറിയും.

ഞാൻ തിരിയുമ്പോഴും, മറിയുമ്പോഴും
അവൻ വല്ലാതെ അസ്വസ്ഥനാകാറുണ്ട്.

ഇടയ്ക്കവൻ രൂപം മാറി ഭയപ്പെടുത്തുകയും
സ്ഥാനം മാറി കബളിപ്പിക്കുകയും ചെയ്യും.

അവനിലൊരു ജാരനുണ്ടെന്ന്
പലപ്പോഴുമെനിക്ക് തോന്നിയിട്ടുണ്ട്

ഇടയ്ക്കൊക്കെ അവൻ
എന്റെ മുൻപിൽ
വല്ലാതെ ചെറുതാകുന്നതുപോലെ അഭിനയിക്കും

ചിലപ്പോൾ അനങ്ങാതെ വന്ന് അത്ഭുതപ്പെടുത്തും

ഇരുട്ടത്ത് മറയുന്ന ഒടിവിദ്യ
അവന് നന്നായറിയാം

ഇരുളിന്റെ ഓരം പറ്റി അവൻ
എന്തൊക്കെ ചെയ്തിട്ടുണ്ടാകും?
എന്റെ രഹസ്യങ്ങൾ, സങ്കടങ്ങൾ
എന്തിനേറെ എന്റെ കവിതകൾ പോലും
അവൻ മോഷ്ടിച്ചിട്ടുണ്ടാകുമോ?

എന്റെ സ്വകാര്യതകൾ പലതും
ഒപ്പിയെടുത്തിട്ടുണ്ടാകുമോ?

അവനെക്കുറിച്ച് ചിന്തിക്കുമ്പോൾ
എപ്പോഴും കൂടെയുണ്ടെന്നുള്ള ആശ്വാസവും,
അവനാരാണെന്നുള്ള ഭയവും
ഉള്ളിൽ മുഴച്ചുനിൽക്കും.

ഇക്കാലത്ത് സ്വന്തം നിഴലിനെപ്പോലും
വിശ്വസിക്കരുതെന്നു
പലരും പറഞ്ഞുവെങ്കിലും
കൂടെ നടക്കുന്നവനെ അവിശ്വസിക്കാൻ മാത്രം
വ്യക്തമായ കാരണങ്ങളൊന്നും
ഇതുവരെയില്ല.

●

28

വരിതെറ്റിയെഴുതിയ കവിത

നൊമ്പരങ്ങളുടെ തീച്ചൂളയിൽ
പെട്ടുരുകിയൊലിച്ച മെയ്

നിഴലാട്ടം നടത്തി മറഞ്ഞ
അസ്തമയ സൂര്യനെ
കാത്തിരുന്നു കരഞ്ഞ
സൂര്യകാന്തി

കണ്ണുനീർ വീണു
നിറംമങ്ങിയ മുക്കുറ്റി
സ്വപ്നങ്ങൾക്ക് മുകളിലൂടെ
പറന്ന്
നൂലുപൊട്ടി കടലിലേക്ക് വീണ
പട്ടം

പ്രതീക്ഷകളിൽ താളംതെറ്റിയ
മനസ്സുമായി
വരിതെറ്റിയ കവിതകളിലേക്ക്
നീലിച്ചുറങ്ങണം

അനുവാദത്തിന്
മനസ് കാത്തുനിന്നില്ല.

●

29

പരോൾ

എനിക്ക് പരോൾ വേണം.
നിന്നെ അടർത്തി മാറ്റിയതുമുതലാണ്
ഞാൻ വിചാരണ ചെയ്യപ്പെട്ടത്
ഏകാന്തതയെന്നെ തടവിലാക്കിയത്

പ്രണയംമറന്ന ഹൃദയവും,
ഓർമ്മകൾ മരവിച്ച മനസും,
നിന്നെക്കാണാത്ത കണ്ണുകളും,
ഈ തടവറയിൽ നിന്നും
നിന്നിലേക്കൊരു യാത്ര പോകാനായ്
കാത്തിരിക്കുന്നു.

30

ആകർഷണം

ഭൂമിയേക്കാൾ
ആകർഷിക്കുവാൻ
ആകാശത്തിനു കഴിഞ്ഞിരുന്നെങ്കിൽ
ചിറകില്ലാത്ത
നമുക്കും
പറക്കാമായിരുന്നു

●

31

ദൈർഘ്യം

നിന്റെ മൗനത്തിന്റെ
ദൈർഘ്യമറിയാൻ

ഇനിയെത്ര ചുരങ്ങൾ
ഞാനൊറ്റയ്ക്ക് താണ്ടണം.

●

32

ചുവന്ന തെരുവ്

യൗവ്വനങ്ങൾ
അനാഥമാകുമ്പോഴാണ്
തെരുവുകൾ
ചുവക്കുന്നത്

വേടന്റെ അമ്പേറ്റ്
കിളികൾ ചത്തുവീഴുന്നത്

33

അപൂർണ്ണ സിദ്ധാന്തം

മൗനങ്ങളെപ്പോഴും ഒറ്റയ്ക്കാണ്.
മിണ്ടാനും പറയാനും ആരോരുമില്ലാതെ,
ഏകാന്തതയുടെ തടവുപുള്ളിയായ്
എത്രനാളിങ്ങനെ
മുന്നോട്ടു പോകാനാകും.

സങ്കടങ്ങൾക്കെപ്പോഴും കണ്ണീരാണ്.
കരഞ്ഞു തളർന്ന്

ഉള്ളുനീറി
കലങ്ങിയ കണ്ണുകളുമായ്
ആയുസ്സെത്താതെ മരിക്കാനായിരിക്കും വിധി.

വാഗ്വാദങ്ങൾ നിരന്തരം സംഘർഷത്തിലാണ്...
പകമൂത്ത്
അന്യോന്യം പരിക്കേൽപ്പിച്ച്
കലുഷിത ജീവിതവുമായി
ശിഷ്ടകാലം
പേടിച്ചു ജീവിക്കാനായിരിക്കും
തലയിലെഴുത്ത്.

കാറ്റിനും വേണ്ടേ അല്പം വിശ്രമം
സദാ ചുറ്റിയടിച്ച്
അവിടെയുമിവിടെയും കയറിയിറങ്ങി
വയസ്സുകാലത്ത്
രോഗശയ്യയിൽ ഒടുങ്ങാനായിരിക്കും
നിയോഗം.

സന്തോഷങ്ങൾ
ആയുസുകുറഞ്ഞ ജന്മങ്ങളാണ്,
പിറന്നയുടനെ
വേണ്ടപ്പെട്ടവർ
കഴുത്തുഞെരിച്ചു കൊന്നുകളയും
അല്പായുസ്സായ ജീവിതം.

ഈ ലോകത്ത്
നമ്മൾ മരണത്തെ കണ്ടുപഠിക്കണം

ഒരായുസ് മുഴുവൻ
മനസ്സമാധാനത്തോടെ കഴിയാൻ
മരണത്തിനല്ലാതെ മറ്റെന്തിനു കഴിയും.

●

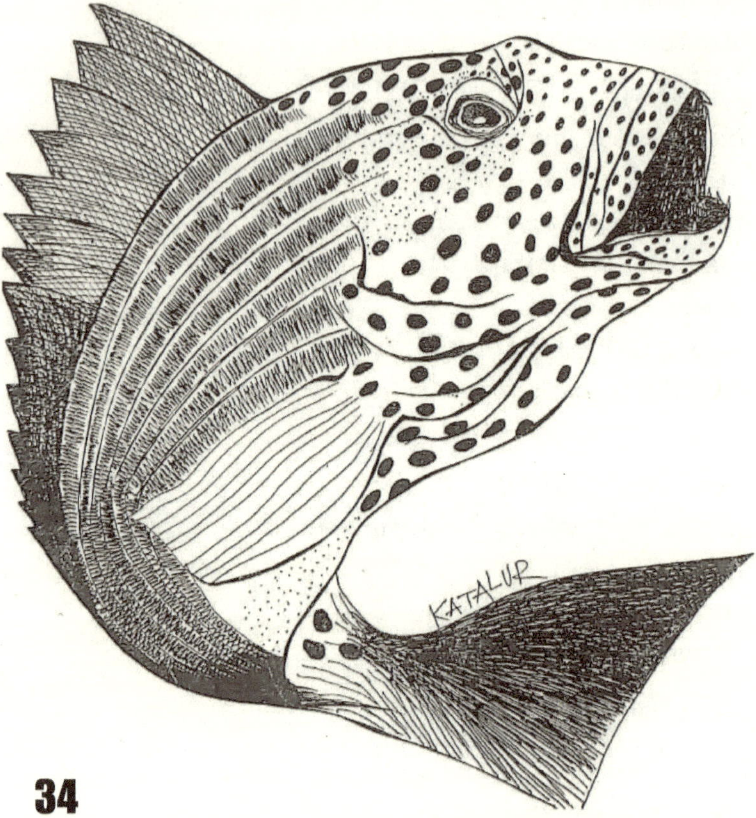

34

ചാവേറുകളുടെ ആത്മഹത്യാക്കുറിപ്പ്

വിചാരണ വേളയിൽ
ചെയ്യാത്ത കുറ്റത്തിൻ
പാപഭാരമേറി
അവർ പ്രതിക്കൂട്ടിൽ നിന്നു.

തെറ്റും ശരിയും
ഉത്തരംകിട്ടാത്ത
സമസ്യകളായി
മുഖംമൂടികളിലൊളിച്ചു...

വളഞ്ഞു കൂനിയ
ചോദ്യചിഹ്നം പോലെ
സയനൈഡും മൂർഖനും
പ്രതിക്കൂട്ടിൽ നിലയുറപ്പിച്ചു...

തെറ്റും ശരിയും
ആപേക്ഷിക സിദ്ധാന്തത്തിൻ
ന്യായാന്യായങ്ങളിൽ കിടന്ന്
വീർപ്പുമുട്ടി..

പ്രണയത്തിൽ
സയനൈഡ് കലക്കിയപ്പോൾ
ഇരുട്ടിലായത്
പരസ്പര വിശ്വാസത്തിൻ
ഗോപുരങ്ങളാണ്

കുടുംബബന്ധങ്ങളുടെ
വിശ്വാസപ്രമാണങ്ങൾ
കാമാന്ധകാരങ്ങളിൽ
ഒളിസേവ നടത്തി

അന്ധത ബാധിച്ച കാരണവർ
കിനാവുകളുടെ
തീക്കൊള്ളികളാൽ
ഇല്ലത്തിനു തീകൊളുത്തി.

കഥയിലെ അസുരകുമാരന്
രാജ്യവും ജീവനും നൽകിയ
പിതാവിന്റെ സ്വപ്നങ്ങൾക്ക്
വിഷംതീണ്ടി.

അഗ്നിയിൽ സ്ഫുടം ചെയ്ത
താലിച്ചരടിലെ
പവിത്രക്കെട്ടുകൾ
മണിയറയിൽ നീലിച്ചു പിടഞ്ഞു വീണു.

പാതിരാക്കൊലകളുടെ
പാപഭാരമടിച്ചേൽപ്പിച്ച
പ്രഹരങ്ങളേറ്റുവാങ്ങി
പലപ്പോഴായി മരിച്ച
പാമ്പുകളെയോർത്ത്
പ്രതികൾ നെടുവീർപ്പിട്ടു.

ചതിയ്ക്ക് കൂട്ടുനിൽക്കേണ്ടി വന്ന
നിസ്സഹായതയെക്കുറിച്ച് ചിന്തിച്ച
സയനൈഡ്
തേങ്ങിക്കരഞ്ഞുകൊണ്ടേയിരുന്നു.

നാഗമാണിക്യം തേടിയിറങ്ങിയ
ഭാഗ്യാന്വേഷികൾ
കുമ്പസാരക്കൂട്ടിൽ
പുതിയ തലമുറയുടെ
പാഠപുസ്തകങ്ങൾക്ക്
അവതാരിക എഴുതുകയാണ്.

മനുഷ്യനോടൊപ്പം
പിറന്നുപോയതിൽ
മനംനൊന്ത്
സയനൈഡും മൂർഖനും
പ്രാണത്യാഗം ചെയ്തു.

●

ഭർത്താവ് കിടപ്പുമുറിയിലെത്തിച്ച പാമ്പിന്റെ കടിയേറ്റു മരിച്ച ഉത്രയുടെ കൊലപാതകത്തെക്കുറിച്ചോർത്തു വേദനിച്ചപ്പോൾ എഴുതിയത്

35

അഞ്ചാംനമ്പർ ബൂത്തിലെ കള്ളവോട്ടുകൾ

കള്ളവോട്ടുകൾ
ഏറെയും നടന്നത്
അഞ്ചാംനമ്പർ
ബൂത്തിലായിരുന്നു.

മരിച്ചുപോയ
ഹംസക്കുട്ടിയും
എന്നോ നാടുവിട്ട
സിസിലി ടീച്ചറും
വോട്ട് ചെയ്യാനെത്തിയത്
ദൈവംപോലും
അറിഞ്ഞിരുന്നില്ല.

ബോധമില്ലാതെ
പണ്ടേ കിടപ്പിലായ
കൃഷ്ണൻകുട്ടി
വോട്ട് രേഖപ്പെടുത്തിയത്
പാർട്ടിക്കാർ മാത്രമേ
അറിഞ്ഞിരുന്നുള്ളൂ.

നാടുകാണി കോളനിയിലെ
വോട്ടർമാർക്ക്
ഇന്നലെ രാത്രിയിലായിരുന്നു
ഓണം

ആളൊന്നുക്ക്
അഞ്ഞൂറ് രൂപയും

ഓരോപൊതി
ബിരിയാണിയും

അണികളും നേതാക്കളും ചേർന്ന്
വാഗ്ദാന തോരണങ്ങളാൽ
പഞ്ചായത്താകെ
മോടിപിടിപ്പിച്ചിരുന്നു.

സ്വന്തംപേരിലുള്ള പറമ്പുവിറ്റ്
പാലവും തോടും പണിത
നേതാക്കളുടെ
ഫ്ളക്സ് ബോർഡ് കണ്ട്
വോട്ടർമാരുടെ കണ്ണുകൾ
നിറഞ്ഞൊലിക്കുന്നുണ്ടായിരുന്നു.

ചുവരുകളിൽ
പശതേച്ചൊട്ടിച്ച ചിത്രങ്ങളിലെ
ഗാന്ധിജിയും അംബേദ്കറും
അവകാശ ലംഘനങ്ങളാൽ
തിരുത്തി എഴുതപ്പെട്ട
ഭരണഘടനയെക്കുറിച്ചോർത്ത്
നെടുവീർപ്പിട്ടു.
നിറംതേച്ച
ചൂണ്ടുവിരലിൽ ഒളിപ്പിച്ച
ഓരോ കള്ളവോട്ടും

ജനാധിപത്യത്തെ കളിയാക്കി
ചൂളം വിളിച്ചുകൊണ്ടേയിരുന്നു

●

36

മൗനം

മൗനം തീർത്ത തടവറയിൽ
എന്നെത്തളച്ച്
നീ പടിയിറങ്ങിയപ്പോൾ മുതൽ
നിന്നിലെ മൗനം
എന്നിലേക്കും പടർന്നിരുന്നു.

നിലാവെട്ടം മറഞ്ഞ
രാത്രികളിൽ
മൗനമെന്നെ
പിന്തുടർന്നു കൊണ്ടേയിരുന്നു.

രണ്ടായിപ്പിരിഞ്ഞ വഴികളിൽ
ചവിട്ടിയരയ്ക്കപ്പെട്ട
ആദ്യ ചുംബനത്തെക്കുറിച്ച്
നാമപ്പോൾ ഓർത്തതേയില്ല.

വിഴുപ്പുഭാണ്ഡവും ചുമന്ന്
നമ്മളെത്തിയ കുമ്പസാരക്കൂട്ടിൽ
മൗനം
വാക്കുകൾക്ക് ചാലുവെട്ടി.

അനുരഞ്ജനത്തിന്റെ അടിവേരിളക്കിയ
വാക്കുകൾ
എന്റെ ഹൃദയഭിത്തികൾ
തുരന്നുകൊണ്ടേയിരുന്നു.

ആദ്യരാത്രിയിൽ
ആവാഹിച്ചെടുത്ത

വിശ്വാസപ്രമാണങ്ങളിൽ
വാക്കുകളുടെ കൊത്തേറ്റ്
ദുർഗന്ധം വമിച്ചിരുന്നു.

ഏറ്റുപറച്ചിലുകളുടെ
ഉച്ചസ്ഥായിയിലുരുണ്ടുകൂടിയ
കാർമേഘങ്ങളാൽ പെയ്ത
മൗനം
മണ്ണിട്ടുമൂടിയ ഓർമ്മകളെ
വലിച്ചു പുറത്തിട്ടു.

എന്നിലെ ബിംബങ്ങളെ
സ്ഥാനഭ്രഷ്ടരാക്കി.

ഇഷ്ടവസന്തങ്ങളുടെ
സ്വപ്നസൗധങ്ങൾ
നോവിൻ കയങ്ങളിൽ
കടപുഴകി വീണു.

വാക്കുകളുടെ വേലിയേറ്റത്താൽ
വേർപെട്ടുപോയ നാം
ഒടുവിൽ
രണ്ടായിപ്പിരിഞ്ഞൊഴുകി.

കടലെടുത്ത സ്വപ്നങ്ങളുടെ
ബാക്കിപത്രമായ്
നാമിനിയും
കണ്ടുമുട്ടിയേക്കാം

ആത്മാവ് നഷ്ടപ്പെട്ട
എല്ലിൻ കഷ്ണങ്ങളായ്
ബലിക്കാക്കകൾ തൻ മുന്നിൽ
മോക്ഷമിച്ഛിക്കും
പവിത്രങ്ങളായ്.

37

കപട സ്നേഹിതൻ

ഒറ്റുകാരന്റെ കീശയിലെ മുഴുത്ത കല്ലുകളാൽ
ആദ്യമെന്നെ നീ എറിഞ്ഞുവീഴ്ത്തി

സ്നേഹവാക്കിലൊളിപ്പിച്ച പിച്ചാത്തിപ്പിടിയാൽ
പലവട്ടമെൻ ഹൃത്തിലേക്ക് നീ ആഞ്ഞുകുത്തി

സൗഹൃദത്തിലൊളിപ്പിച്ച ചുരികത്തലപ്പിനാൽ
എന്റെ കാലുകൾ നീ അരിഞ്ഞു വീഴ്ത്തി

തെരുവുപെണ്ണിൻ അടിവയറു ചുവപ്പിച്ച
പടക്കുതിരയാൽ
എന്നെ നീ ചതിച്ചുവീഴ്ത്തി.

വെറുംവാക്കിലൊളിപ്പിച്ച
കണ്ണീരും റീത്തുമായെൻ
കുഴിമാടത്തിനരുകിലെത്തിയ
കപട സ്നേഹിതാ

ചങ്കിനുള്ളിൽ തീമഴുകൊണ്ട്
നിന്നെ കൊത്തിവെച്ചതോ
ഞാൻ ചെയ്ത തെറ്റ്.

●

38

ആറടിമണ്ണ്

ജീവിച്ചിരുന്നപ്പോൾ തന്നിട്ടില്ല
ഒരുനേരത്തെ ഭക്ഷണം.

സമ്മാനിച്ചിട്ടില്ല ചെറുപുഞ്ചിരി

പറഞ്ഞിട്ടില്ല നല്ലവാക്ക്

ലഭിച്ചിട്ടില്ല ചെറുപരിഗണനപോലും
നാളിതുവരെ.

ജീവിച്ചിരുന്നപ്പോൾ കിട്ടിയ
അവഗണനകളെല്ലാം മറക്കാം

മരിക്കുമ്പോൾ ഉറപ്പിച്ച
ആറടിമണ്ണുപോലും തരാതെ
കൂട്ടിയിട്ടു കത്തിച്ചതിലാണ്
ചങ്ക് പിടഞ്ഞത്.

●

39

രക്തമൂറ്റുന്ന കരിമ്പടങ്ങൾ

കാലിളകിയ പാളത്തിലൂടെ
ഭ്രാന്തിളകി പാഞ്ഞെത്തുന്നുണ്ട്
നിറംമങ്ങിയൊരു തീവണ്ടി.

ഛർദ്ദിൽ മണങ്ങളെ ഉദരത്തിലാക്കി
ഭിക്ഷാടനം നടത്തുന്നുണ്ടൊരു മേടക്കാറ്റ്

സ്വവർഗ്ഗരതിയുടെ ഭോഗതാളങ്ങളിൽ
നങ്കൂരമിടാതൊഴുകി വരുന്നുണ്ട്
തീവണ്ടി ആപ്പീസിലെ
വിളംബര ശബ്ദം

ശവംനാറികൾ മനംനൊന്തുപൂത്ത
ഇരവിന്റെ അന്ത്യയാമങ്ങളിൽ
രതിവൈകൃതങ്ങളുടെ ഇടവേളകളിൽ
മടിശ്ശീലക്കനം തപ്പിനോക്കുന്നുണ്ടൊരു
രാത്രി സുന്ദരി

ഇഴകീറിയ
കരിമ്പടത്തിനുള്ളിലൂടൊളികണ്ണേറിയും
നരഭോജികൾ നിറഞ്ഞ
വിശ്രമമുറിയുടെ വരാന്തയിൽ
നിറ മാറുമറയ്ക്കാൻ
പാടുപെടുന്നുണ്ടൊരു
ബംഗാളി പെൺകൊടി

വിശപ്പിൻ തിരക്കഥയാൽ
ആമാശയത്തിൽ
അണുബോംബുവീണ
ചിത്തരോഗിതൻ
ഇടംകാലുനോക്കി
കൂകിവിളിച്ചു
കടന്നുപോകുന്നുണ്ട്
ശീതീകരിച്ചൊരു രാത്രിവണ്ടി.

കറുത്ത തുണിയിൽ
കണ്ണുമറച്ചിട്ടിരുട്ടിൽ
വിധിവാചകം തപ്പുന്നുണ്ടൊരു
നീതിദേവത.

വഴിതെറ്റിയ കരിമ്പൂച്ചകളെ
അമാവാസിയിലേക്ക്
വഴികാട്ടുന്നുണ്ടീ
ദിശതെറ്റിയ ദിശാസൂചികകൾ

ഗൊറില്ലാമുറകളിൽ അടവുതെറ്റി
പടതോറ്റൊരു പടയാളി
കള്ളവണ്ടികയറി പലായനം
ചെയ്യുന്നുണ്ടീ
അർദ്ധരാത്രിയിൽ

ഇനിയും വഴിതെറ്റാത്തവർക്കായൊരു
വെടിയുണ്ട
ശൂന്യതയിലേക്കൊരു ടിക്കറ്റ്
പുകമറകളിലേക്കൊരു ദീർഘദൂര യാത്ര
ദിനപത്രത്തിലേക്കൊരു ചരമക്കുറിപ്പ്.

●

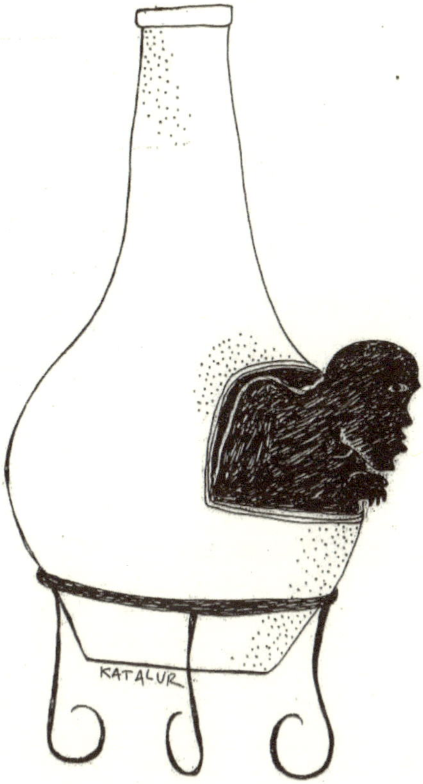

40

പ്രളയത്തിന്റെ ഭൂപടം

ഇന്നുവരെ ഒരു പ്രളയവും
ഭൂപടം നോക്കി ഒഴുകിയിട്ടില്ല.

ജാതിമത വേർതിരിവുകളുടെ
വേലിക്കെട്ടുകളിൽക്കിടന്ന്
വീർപ്പുമുട്ടിയിട്ടില്ല.

കൊടികളുടെ നിറംകണ്ട്
ഭയന്ന് നിലവിളിച്ചിട്ടില്ല.

ഇന്നുവരെ ഒരു പ്രളയവും
പണക്കൊഴുപ്പിന്റെ
പറുദീസകളിൽ
ബന്ധനസ്ഥരായിട്ടില്ല.
അത്യാഗ്രഹികളുടെ
പോർവിളികൾക്ക് മുമ്പിൽ
പകച്ചുനിന്നിട്ടില്ല.

ഓരോ പ്രളയവും ശിഷ്ടമില്ലാത്ത
കൂട്ടിക്കിഴിക്കലുകളാണ്
ആദിമ മനുഷ്യന്റെ
ആത്മാവിലേക്കുള്ള കുടിയേറ്റമാണ്,
നഷ്ടങ്ങളുടെ ചാപിള്ളകളാണ്.

ഓരോ പ്രളയവും
അംശവും ഛേദവും രണ്ടായിപ്പിരിഞ്ഞ
ഭിന്നസംഖ്യകളുടെ
ഒറ്റപ്പെടലുകളാണ്
പൂർണ്ണവിരാമത്തിൽ നിന്നും
അർദ്ധവിരാമത്തിലൂടെയുള്ള
തുടർയാത്രകളാണ്.

ഓരോ തുടർയാത്രയും
നഷ്ടങ്ങളിൽ നിന്നും
സ്വപ്നങ്ങളിലേക്കുള്ള
സൂത്രവാക്യങ്ങളാണ്.

●

41

ഉയർത്തെഴുന്നേൽപ്പ്

കണ്ണുനീരൊഴുകിയൊരു
കടലായി
ഓർമ്മകൾ
കൂറ്റൻ തിരമാലകളും
ഹൃദയമിപ്പോൾ
രക്തമൂറുന്ന ചുഴിയും

ഉയിർത്തെഴുന്നേൽപ്പിന്റെ
അവസാന കണികയും
വറ്റിയ ഉടലിൽ
ഇനി ഓർമ്മിക്കുവാൻ
നൊമ്പരങ്ങളുടെ തുടിപ്പുകൾ മാത്രം

ചിലപ്പോൾ
ഇനിയും കണ്ടുമുട്ടിയെന്നുവരില്ല
തിരമാലകളില്ലാത്തൊരു കടൽ
എന്നെയും കാത്തിരിക്കുന്നു.

●

42

ഓർമ്മദിനം

വർഷത്തിൽ
ഒരിക്കൽ മാത്രം
നാം ഓർക്കുന്ന
ചില മുഖങ്ങളുണ്ട്.

വിസ്മരിക്കുവാൻവേണ്ടി മാത്രം
തെളിക്കുന്ന
ദീപങ്ങൾ പോലെ

ഓർമ്മിക്കുവാൻ
ഒരിക്കലും
ആഗ്രഹിക്കാത്ത
ചില ഓർമ ദിനങ്ങൾ.

അമ്മത്തൊട്ടിലിൽ
വലിച്ചെറിയപ്പെട്ട
അനാഥ ബാല്യങ്ങളുടെ.

പ്രണയദിനത്തിൽ
ചാവേറുകളായ
കമിതാക്കളുടെ.

പ്രത്യയശാസ്ത്രങ്ങളുടെ
വെട്ടേറ്റുമരിച്ച
രക്തസാക്ഷികളുടെ.

അതിർത്തികളുടെ
അധിനിവേശത്താൽ
പൊലിഞ്ഞുപോയ

ദേശസ്നേഹികളുടെ.

വൃദ്ധസദനങ്ങളിൽ
കരിന്തിരി കത്തിയ
പടുജന്മങ്ങളുടെ.

നാരാധമൻമാരുടെ
കാമാഗ്നിയിൽ
വെന്തുപോയ
പൂമൊട്ടുകളുടെ.

പ്രതികരിക്കാനാകാതെ
ഉറഞ്ഞുപോയ
ആത്മരോഷത്താൽ
ഹൃദയം നിലച്ച
കവികളുടെ.

പൊലിഞ്ഞുപോയ
ദീപങ്ങൾ
വർഷത്തിലൊരിക്കൽ മാത്രം
പ്രകാശിക്കും.

പ്രത്യാശയുടെ
ദീപക്കാഴ്ചയായ്
ഓർമ്മകളുടെ
ഓർമ്മപ്പെടുത്തലുകളായ്.

എല്ലാ ഓർമദിനങ്ങളും
ശരിക്കും കബളിപ്പിക്കലാണ്
മറ്റു ദിവസങ്ങളിൽ
ഓർമ്മകളെ
ഒളിച്ചുവെക്കാനുള്ള
സൂത്രപ്പണി മാത്രമാണ്.

●

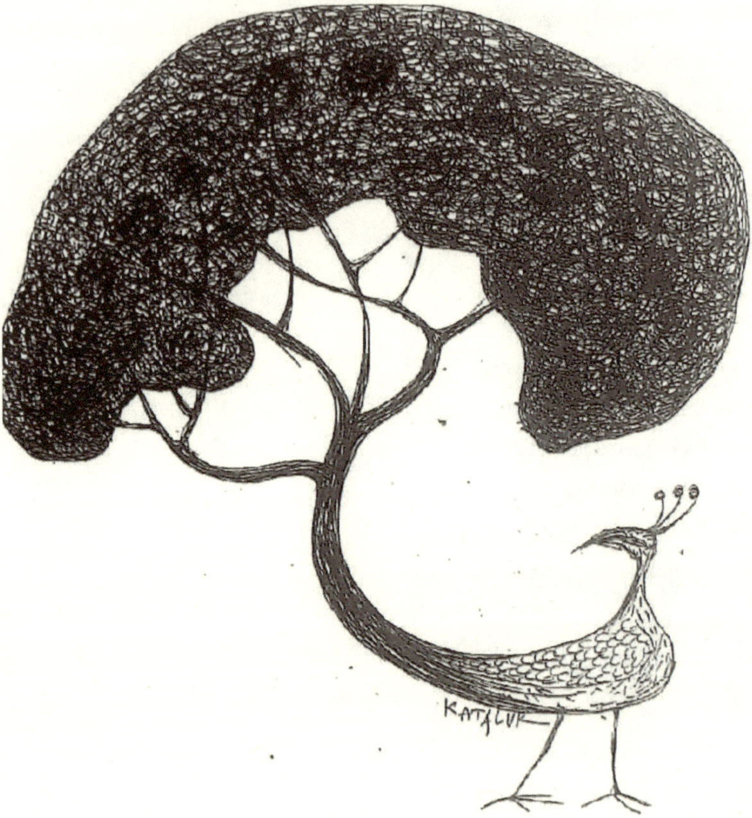

43

ചുവന്ന പനിനീർ പൂവുകൾ

എന്തിനായിരുന്നു കൂട്ടുകാരി
നട്ടുച്ച മരിച്ച
ഇടവഴിയിലെന്നെ
നീ തനിച്ചാക്കിയത്?

എന്നിലെ പൂക്കാലങ്ങളെ
അവർ നുള്ളിയെടുത്തത്?

എത്ര സംവത്സരങ്ങളാണ്
നമ്മൾ കാത്തിരുന്നത്
എത്ര സന്തോഷങ്ങളാണ്
ചുണ്ടിലൂടാവാഹിച്ചത്
എത്ര സങ്കടങ്ങളാണ്
കോരിക്കുടിച്ചത്
എത്ര പനിനീർ ചെടികളാണ്
നട്ടുവളർത്തിയത്
എത്ര കവിതകളാണ്
സിരകളിൽ പടർത്തിയത്
എത്ര കുയിലുകളാണ്
മത്സരിച്ചു പിണങ്ങിയത്

നീയെന്നെ അടർത്തിമാറ്റിയപ്പോൾ,
വീണുടഞ്ഞത്
എന്നിലെ ഞാനും

പരിക്കേറ്റത്
പറക്കമുറ്റാത്ത ഇന്നലെകൾക്കും.
മുറിവേറ്റു പിടഞ്ഞത്
തായ്‌വേരുമുറിഞ്ഞ ഇന്നുകളും

നിന്നെ മാത്രം നിനച്ചുറങ്ങിയ
നാളെകൾ
നിന്റെ കണ്ണിലൂടെ ഞാൻ കണ്ട
ലോകങ്ങൾക്കൊപ്പം
ഇരുളറകളിലേക്ക് കൂപ്പുകുത്തി.

പാതി വഴിയിൽ
അപരിചിതരെപ്പോലെ
രണ്ടായിപ്പിരിഞ്ഞൊഴുകിയതു മുതലാണ്
നിഴലിനോടുപോലും

ഞാൻ കലഹിച്ചുതുടങ്ങിയത്.

എനിക്കു മുൻപിൽ ചാവേറുകളായ
ഉത്തരങ്ങൾ
കുന്തമുനയേറ്റുമരിച്ച കുഞ്ഞിന്റെ
ജാതകത്തിലൊളിച്ചു.

പ്രതീക്ഷകൾ
എറിഞ്ഞുടച്ച തെരുവുവിളക്കുപോൽ
അന്ധതയിലേക്ക് കൂപ്പുകുത്തി

നിനക്കുവേണ്ടിക്കരയാൻ
എന്നിലിനി
വരണ്ട ഓർമ്മകളും
മരിച്ച കവിതകളുടെ
പട്ടടയും മാത്രം

ഓർമ്മകളുടെ ചന്ദനമുട്ടികൾ
ചുവന്ന പട്ടിൽ പൊതിഞ്ഞ
കവിതകളെ
ദഹിപ്പിക്കും മുൻപ്

എരിഞ്ഞു തീർന്ന
മെഴുകുതിരികൾക്ക് മുൻപിൽ
ചുവന്ന പനിനീർ പൂവുകളുമായ്
അന്ത്യചുംബനം നല്കാൻ
നിനക്കെത്താതിരിക്കാനാകില്ല.

●

44

ഒറ്റപ്പെട്ടവരുടെ തുരുത്ത്

ഒറ്റപ്പെടൽ ഒരു തുരുത്താണ്

മൗനങ്ങളുടെ ചാട്ടവാറടിയേറ്റ്
ഓർമ്മനശിച്ച ആത്മാക്കളെ
അടക്കംചെയ്ത തുരുത്ത്

അവിടെ
ദിശാസൂചികകളിൽ
മുറിവേറ്റവരുടെ ചോരയാൽ വരച്ച
ചിതലരിച്ച രൂപങ്ങളെക്കാണാം

ചുറ്റിനും
ചുംബനങ്ങളെ തിന്നുവളർന്ന
ഇന്നലെകളുടെ
കണ്ണീർക്കയങ്ങൾ കാണാം

ആകാശവും ഭൂമിയും നഷ്ടപ്പെട്ടുപോയ
ആത്മാക്കൾ
ശൂന്യതയിൽ
നിഴൽചിത്രങ്ങൾ വരയ്ക്കുന്നതു കാണാം

ആശയും നിരാശയും പൂക്കുന്ന
മരങ്ങളിൽ ചേക്കേറിയ
നിശാശലഭങ്ങൾ
ഓർമ്മകളിൽ

തീകായുന്നതു കാണാം

ചീവീടുകൾ കൊല്ലപ്പെട്ട തുരുത്തിൽ
പകലും രാത്രിയും
നിശ്ശബ്ദതയെ
കുടിച്ചുവറ്റിച്ചുറങ്ങുന്നതു കാണാം

പൂമൊട്ടുകളിലെ
രക്തമൂറ്റിക്കുടിച്ച കഴുകന്മാർ
വെളിച്ചത്തെ പ്രണയിച്ച
ഈയാം പാറ്റകളെ
തിന്നു വിശപ്പടക്കുന്നതുകാണാം

അറിയാതെ
കാൽവഴുതി വീണുപോയവരേയും കാത്ത്
കപടസ്നേഹത്താൽ തീർത്ത
പ്രണയപുഷ്പങ്ങളുമായ്
മറുകരയിൽ
ചിലർ കാത്തുനിൽക്കുന്നുണ്ടാകും.

ചങ്കുപൊട്ടി
പാടിമരിക്കുവാനായ്
ഇടവഴികളുള്ളൊരു കടൽത്തീരം
നമ്മെയും കാത്തിരിക്കുന്നുണ്ടാകും,

അതിനരികെ
പ്രണയം നഷ്ടപ്പെട്ട് മരിച്ചവരെ
അടക്കുവാനായ്
ചുവന്ന റോസാപൂക്കളാൽ അലങ്കരിച്ച
മരണശയ്യ കാണാം.

പിറക്കുന്നതിന് മുൻപേ
കഴുത്തുഞെരിച്ചു കൊന്ന

ചാപിള്ളകളെ ചുട്ടുകരിച്ച
ശ്മശാനത്തിൽ നിന്നും
അടക്കിപ്പിടിച്ച തേങ്ങലുകൾ
കേൾക്കുവാൻ കഴിയും

ചുംബനങ്ങളെയും കൊന്ന്
ആത്മഹത്യ ചെയ്ത
വാകകളുടെ വേരുകളിൽശയിച്ച
ആത്മാക്കൾ
ദുഃസ്വപ്നം കണ്ട്
ഞെട്ടിയുണരുന്നതു കാണാം

ഓർമ്മകളുടെ തായ്‌വേരുകളറ്റ്
കടപുഴകിവീണ
മഹാവൃക്ഷങ്ങളെ
അടക്കംചെയ്ത ശവപ്പറമ്പുകളിൽ

ഭ്രൂണഹത്യചെയ്യപ്പെട്ട
ആത്മാക്കൾ
സങ്കടപ്പുഴ നീന്തി
രക്ഷപ്പെടാൻ ശ്രമിക്കുന്നതുകാണാം.

അവസാന ശ്വാസത്തിലും
ജീവനുവേണ്ടി യാചിച്ച
എന്റെ ഒസ്യത്തിലെ
അവസാന ഭാഗം
ഒറ്റപ്പെട്ടവരുടെ തുരുത്തിലെ
പുതിയ ദിശാസൂചിക
മാത്രമായിരിക്കും

●

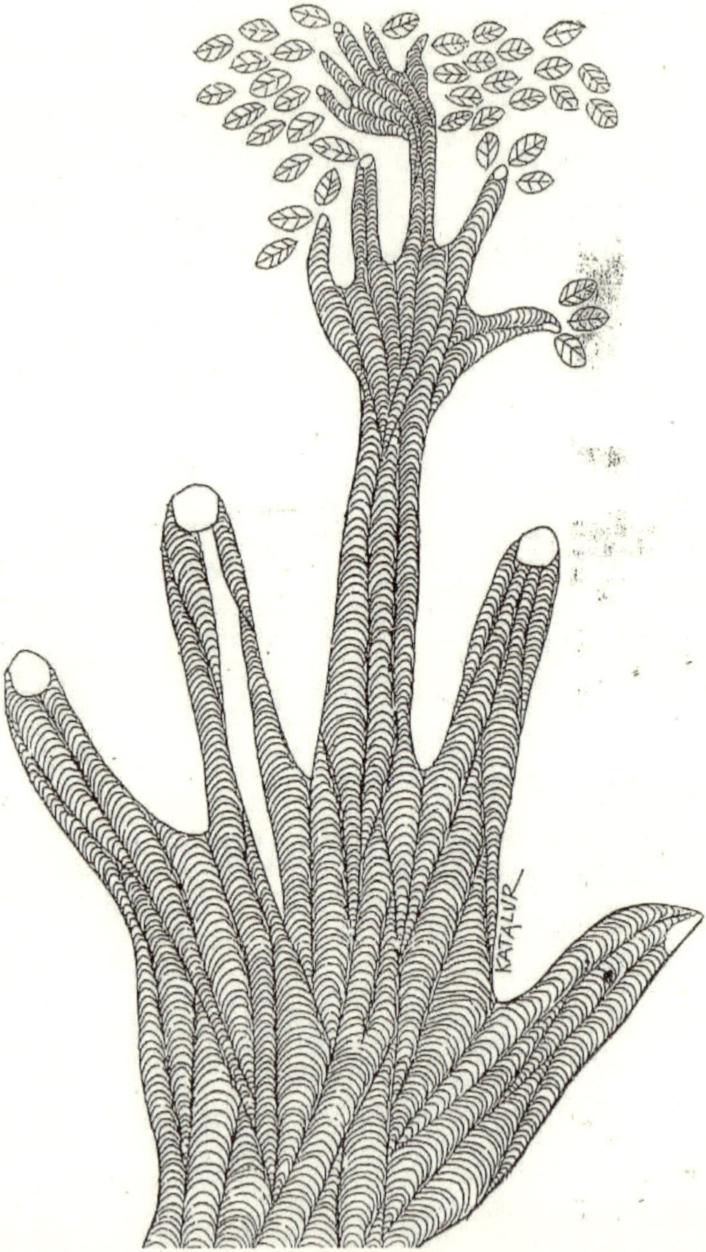
KATALUR

45

ഹത്രസ് ഒരു കണ്ണീർ കവിത

ഒരുവരിയിലെഴുതേണ്ട കവിതയല്ല,
ചെറുകാറ്റിലണയേണ്ട ദീപമല്ല

ഇടനെഞ്ചിലെരിയുന്ന കന്മദം പോൽ
തോരാത്ത കണ്ണുനീരായി ഹത്രസ്

ചന്ദ്രകാന്തം പോൽ തിളങ്ങേണ്ട കണ്മണി
കരിന്തിരി കത്തിയെരിഞ്ഞടങ്ങി

അബലയാം പെണ്ണിൻ കണ്ണീരുപോലും
ചിതയിൽ ദഹിപ്പിച്ചു ചാരമാക്കി

ഇന്നലെപ്പോലും കിലുങ്ങിചിരിച്ചൊരാ
പുത്രിതൻ കൈപിടിച്ചേറെ കരഞ്ഞമ്മ

മെഴുകുതിരി നാളങ്ങൾ തെരുവിൽ തെളിച്ചിട്ടും
കഴുകൻ കരങ്ങളിൽ തീരുന്നു പെണ്മക്കൾ

പെണ്ണിനെ പെങ്ങളായ് കാണേണ്ട കണ്ണുകൾ
കണ്ടതോ മാംസക്കൊഴുപ്പിൻ മുകുളങ്ങൾ

മാനത്തിനായിക്കരയുന്ന പെണ്ണിൻ
നാവടക്കാൻ വേണ്ടി നാവറുത്തു

നാവറുത്തിട്ടും, നിലത്തെടുത്തിട്ടും

ചവിട്ടിയരച്ചു ആ പൂമൊട്ടിനെ.

ദളിതയെന്നേറെ പറയുമ്പോളോർക്കുക
മാനത്തിൻ അളവുകോൽ ജാതിയല്ല

വേട്ടമൃഗങ്ങൾ തൻ പാനപാത്രങ്ങളിൽ
ലഹരിയായ് പതയേണ്ടതല്ല സ്ത്രീത്വം

മാനത്തിനായ് പെങ്ങൾ
കണ്ണീർ പൊഴിക്കുമ്പോൾ
അഴിയുന്നതെന്നുമീ രാഖി ബന്ധം

മുറിവേറ്റ പെങ്ങൾക്ക് കാവലായ് മാറുവാൻ
പിറക്കേണമായിരം ആങ്ങളമാർ

കൈയ്യിൽകരുതേണം വാളും കഠാരയും
രാഖി ബന്ധത്തിൻ കരുത്തുകൂട്ടാൻ.

●

ഉത്തർപ്രദേശിലെ ഹത്രസിൽ നരാധമന്മാരാൽ കൊല്ലപ്പെട്ട
പെൺകുട്ടിക്കായ് സമർപ്പിക്കുന്നു.

46

മൊഴിമാറ്റിയെഴുതിയ കവിതകൾ

ഞാൻ
പ്രണയത്തെക്കുറിച്ച്
പറഞ്ഞപ്പോഴൊക്കെ
നീയെന്തിനാണ്
ദേശാടനപക്ഷികളുടെ
ചിറകുകൾക്ക് നേരെ അമ്പുകളെയ്തത്

ഞാൻ
നൊമ്പരങ്ങളെക്കുറിച്ച്
വാചാലമായപ്പോഴൊക്കെ
നീയെന്തിനാണ്
ഒറ്റപ്പെട്ടുപോയ തേനീച്ചയ്ക്ക് നേരെ
കല്ലുകളെറിഞ്ഞത്

ഞാൻ
ദിവാസ്വപ്നങ്ങളെയോർത്ത്
ആകുലപ്പെട്ടപ്പോഴൊക്കെ
നീയെന്തിനാണ്
മരിച്ചുപോയൊരാളുടെ വീട്ടിലേക്ക്
വിരുന്നുപോയത്

ഞാൻ
സുറുമയെഴുതിയ മിഴികളിൽനിന്നും
ചീന്തിയൊലിച്ച
കണ്ണുനീരിനെക്കുറിച്ച്
ചോദിച്ചപ്പോഴൊക്കെ
നീയെന്തിനാണ്
തിരികെട്ടുപോയ
നിലവിളക്കിലേക്കെണ്ണയൊഴിച്ചത്

ഞാൻ
മരണത്തെക്കുറിച്ച്
പറഞ്ഞപ്പോഴൊക്കെ
നീയെന്തിനാണ്
കൊടുംകാറ്റിനു യാത്രപോകാനായ്
കുറുക്കുവഴിവെട്ടിയത്

ഞാൻ
പെയ്തൊഴിയാതെ പോയ
കാർമേഘങ്ങളെക്കുറിച്ച്
വിസ്തരിച്ചപ്പോഴൊക്കെ

നീയെന്തിനാണ്
പകുതിവെന്ത
ഈയാംപാറ്റകൾക്കുവേണ്ടി
പോരിനൊരുങ്ങിയത്

നീണ്ട മൗനങ്ങളെക്കുറിച്ച്
ആകുലപ്പെട്ടപ്പോഴൊക്കെ
നീയെന്തിനാണ്
ഇനിയുമെഴുതാത്ത കവിതകളിലെ
മൊഴിമാറ്റിയെഴുതിയ വരികളിലെ
അർദ്ധവൃത്താകൃതിയിലുള്ള
ആശ്ചര്യചിഹ്നങ്ങളിൽ
താഴിട്ടുപൂട്ടി
ഒളിച്ചിരുന്നത്

ജീവിച്ചിരുന്നപ്പോൾ
ഉടലോടെ
പലവട്ടം
ആത്മഹത്യ ചെയ്തവരല്ലേ നമ്മൾ

ബലിച്ചോറുണ്ട് കൊഴുത്ത
കടൽകാക്കകളുടെ
ചോരകുടിച്ചു
മദിച്ചവരല്ലേ നമ്മൾ

നമുക്കിനി
വേരറ്റുപോയ വികാരങ്ങളെയെല്ലാം
കാരാഗൃഹത്തിലാക്കി
നാടുവിട്ടുപോയൊരാളുടെ വീട്ടിലേക്ക്
താമസംമാറാം.

●

47

പഴഞ്ചൊല്ലിൽ പതിരില്ല

നാടോടുമ്പോൾ
നടുവെ ഓടണം
എന്നറിഞ്ഞത് മുതലാണ്
കാക്കകൾ
കുളിച്ചുതുടങ്ങിയത്

കുളികഴിഞ്ഞ
കാക്കകളെല്ലാം
കൊക്കുകളായ്മാറി

നാട്ടിൽ
കൊക്കുകളുടെ
എണ്ണം കൂടിയും
കാക്കകളുടെ എണ്ണം
കുറഞ്ഞും വന്നു

കുറഞ്ഞു കുറഞ്ഞു
നാട്ടിൽ
കാക്കകളേയില്ലാതായി

മുട്ടയിട്ടു വിരിയിക്കാൻ,
കാക്കകളെ തിരക്കി
കുയിലുകൾ
പരക്കം പാഞ്ഞു

കാക്കകളില്ലാത്ത നാട്ടിൽ
കുയിലുകൾ മുട്ടയിടാതായി

നാട്ടിൽ കുയിലുകളുടെ എണ്ണം
കുറഞ്ഞു കൊണ്ടേയിരുന്നു

കുറഞ്ഞു കുറഞ്ഞു
നാട്ടിൽ
കുയിലുകളും ഇല്ലാതായി

കണ്ടറിയാൻ കാക്കകളില്ലാത്ത
നാട്ടിലേക്ക്
കൊണ്ടറിയാൻ
തോക്കുകളുമായ്
വേട്ടക്കാരനിറങ്ങി

ഒരു വെടിക്ക്
രണ്ടു കൊക്കുകളെ വീതം
കൊന്നൊടുക്കി

കാട് നിശ്ശബ്ദമാകും വരെ
തോക്കുകൾ
ശബ്ദിച്ചുകൊണ്ടേയിരുന്നു.

●

48

തേഞ്ഞുതീർന്ന പാദരക്ഷകൾ

നിന്റെ യാത്രകളിലെല്ലാം
ഒപ്പം
ഞാനുമുണ്ടായിരുന്നു.

കുന്ന്കയറിയപ്പോൾ,
ചുരമിറങ്ങിയപ്പോൾ,
പുഴകടന്നപ്പോൾ,
ഇടവഴിതാണ്ടിയപ്പോൾ,

ഒരു സുഹൃത്തിനെപ്പോലെ,
ഭൃത്യനെപ്പോലെ,
കൂടപ്പിറപ്പിനെപ്പോലെ
കൂടെ ഞാനുമുണ്ടായിരുന്നു.

എങ്കിലും അകംയാത്രകളിലെല്ലാം
തന്ത്രപൂർവം നീയെന്നെ പുറത്താക്കി

കാരണം ഞാനിതുവരെ അന്വേഷിച്ചിട്ടില്ല.

അപഥസഞ്ചാരങ്ങളുടെ
ദൃക്സാക്ഷിയായിരുന്നിട്ടും
നിന്നെ ഞാൻ
ഒറ്റിയില്ല.

നിന്നെയും കാത്ത്
പല രാത്രികളിലും

പടിവക്കിൽ ഉറക്കമിളച്ചിട്ടും,
നിന്റെ സ്വകാര്യതകളിലേക്ക്
ഞാനൊരിക്കലും
ഒളിഞ്ഞുനോക്കിയിട്ടില്ല.

ഒരായുസ്സുമുഴുവൻ
നിന്റെ ചവിട്ടേറ്റിട്ടും,
ഒരു പരിഭവവും
ഇന്നേവരെ പറഞ്ഞിട്ടുമില്ല.

ജീവനോടെന്നെ വലിച്ചെറിയും മുൻപ്
തേഞ്ഞൊട്ടിയതിന്റെ കാരണമെങ്കിലും
നിനക്കോർക്കാമായിരുന്നു.

അല്ലേലും
ഈ മനുഷ്യരൊക്കെ
ചതിയന്മാരാണെന്നു
പണ്ടേ
മുത്തശ്ശൻ എന്നോട് പറഞ്ഞിട്ടുണ്ട്.

●

49

ഒറ്റയ്ക്കുപാടും പൂങ്കുയിൽ

കനലുരുക്കി ഞാനെഴുതിയ കവിതകൾ
കടലുപോലെന്നെ വാരിപ്പുണരവെ
ചിറകുപോലും മുളയ്ക്കാത്ത കുന്നിലെ
നൂലുപൊട്ടിയ പട്ടമായ് മാറി ഞാൻ

നൊമ്പരങ്ങളാൽ നീലിച്ച മേഘങ്ങൾ
പെയ്തൊഴിയുവാനാകാതെ തങ്ങളിൽ
പോരടിച്ചിടും നേരത്തു മിന്നലായ്
ചങ്കുപോലും തകർത്തവർ തങ്ങളിൽ

നിഴലുപോലും കടക്കാത്ത ദ്വീപിലെ
പാതിജീവൻ വെടിഞ്ഞൊരാ ചില്ലയിൽ
പാട്ടുപാടിത്തളർന്നൊരു പൂങ്കുയിൽ
നെഞ്ച് പൊട്ടിക്കരഞ്ഞുപോയേകയായ്.

അരികിലെത്തിടാനേറെക്കൊതിച്ചിട്ടും
ചതിയിലാഴ്ത്തിപ്പറന്നു നീ മറപറ്റി
ഓർമ്മയൊക്കെയും മരവിച്ചു ഞാൻ നിൽക്കെ
പ്രണയമിത്രമേൽ നീറ്റുമോ ഉള്ളകം.

പൊയ്മുഖങ്ങളെന്നറിയാതെ മോഹിച്ചു
കരള് നല്കിയതാണെന്നതോർക്കുമ്പോൾ
ഉള്ളുരുക്കും പനിച്ചൂടിനാൽ പൊള്ളി
മരണമെത്തിടാൻ കാത്തിരിക്കുന്നു ഞാൻ.

ബാക്കിയായതീ തുളവീണ തോണിയും
ഉയിരെരിയുവാൻ വെമ്പുന്ന ചിത്തവും
ശ്രുതി മുറിഞ്ഞൊരാ കവിതയ്ക്കുപിന്നാലെ
കാലമേറെയും വെറുതെ കളഞ്ഞു ഞാൻ

ഇരുളിലെങ്ങോ മറഞ്ഞുപോയ് പുഞ്ചിരി
തളിരൊടിഞ്ഞുപോയ് ശബളമോഹങ്ങളും
നിന്നിൽനിന്നെന്നെ പിഴുതൊരാ വേളയിൽ
കൂടെയെങ്ങോ പറന്നുപോയ് ജീവനും.

●

50

ഇന്നലെകളിൽ മഷി പടരുമ്പോൾ

വരയിടാത്ത വെള്ളക്കടലാസിൽ
ജീവിതമെന്തെന്നെഴുതി
പഠിക്കയാണിപ്പോഴും ഞാൻ.

അക്ഷരങ്ങളേറെയും കടമെടുത്തിട്ടും
ഒരു പുറവും
പൂർണ്ണതയോടെ പൂർത്തിയാക്കാൻ
കഴിഞ്ഞിട്ടില്ലിന്നേവരെ.

പ്രാസമില്ലാത്ത പദപ്രയോഗങ്ങൾ
പലപ്പോഴും
മുഖംതിരിച്ചു നിന്നതിൻ കാരണം
എത്ര ചിന്തിച്ചിട്ടും
പിടികിട്ടിയില്ല.

മനോനിലതെറ്റിയ
വ്യാകരണങ്ങളിൽ കുരുങ്ങി
എത്ര രാത്രികളാണ്
എനിക്കുനേരെ പോരിനാളെക്കൂട്ടിയത്.

സ്ഥാനംതെറ്റിയ
പൂർണ്ണവിരാമങ്ങളും
അസ്ഥാനത്തു വലിഞ്ഞുകയറിയ
അർദ്ധവിരാമങ്ങളും
ഇടയ്ക്കിടയ്ക്ക്
ദ്രംഷ്ടകൾ കാട്ടി ഭയപ്പെടുത്തുന്നുണ്ട്.

പകർത്തിയെഴുതാൻ ശ്രമിച്ച അക്ഷരങ്ങൾ
ഒട്ടുപാലിൽ വീണ കരിവണ്ടിനെപ്പോലെ
എരിഞ്ഞ ഗന്ധം
നിരുപാധികം പരത്തുന്നുണ്ട്.

പൂർത്തിയായെന്നു കരുതി
മറിച്ചുപോയ പുറങ്ങൾ
ഒരിക്കലും തിരുത്തി എഴുതാൻ
പറ്റാത്തവിധം
മഷി പടർന്നു
വികൃതമായിരിക്കുന്നു

പാകമാകും മുൻപേ
ഒറ്റവെട്ടിനു കൊല്ലപ്പെട്ട വാക്കുകൾ
എനിക്കുചുറ്റും ശാപവാക്കുകളോടെ
അലഞ്ഞു തിരിയുന്നു.

എത്ര ഹരിച്ചാലും
ബാക്കിയാകുന്ന ശിഷ്ടങ്ങളാണ്
പലപ്പോഴും
സമവായങ്ങളിലേക്കുള്ള
ചൂണ്ടുപലകകളായത്

അകന്നുപോയ സ്വരാക്ഷരങ്ങളെ
കുമ്പസാരക്കൂട്ടിലെ
ചില്ലക്ഷരങ്ങൾ കൊണ്ട്
വിളക്കിചേർക്കാനുള്ള
അവസാന ശ്രമത്തിലാണ് ഞാൻ.

പലപ്പോഴായ് വേർപെട്ടുപോയ
ഭിന്നസംഖ്യകൾ
ഇന്നും എന്റെ നേർക്കുള്ള

ചൂണ്ടുവിരലാണ്.

മൊഴിമാറ്റിയെഴുതിയ വാക്കുകളിൽ പലതും
ഇനിയും
സൂക്ഷ്മപരിശോധനക്ക്
വിധേയമാക്കാനുണ്ട്.

വെട്ടിയും തിരുത്തിയും
ഇനിയെത്ര നാൾ കഴിഞ്ഞാകും
തെറ്റുകളോടു കൂടിയെങ്കിലും
ഈ പുസ്തകം
പൂർത്തിയാക്കാൻ
കഴിയുക.

●

www.ingramcontent.com/pod-product-compliance
Lightning Source LLC
LaVergne TN
LVHW040755051026
849519LV00007BA/2557
* 9 7 8 9 3 9 0 9 9 9 3 8 5 *